எறிகணை

தியா

டிஸ்கவரி பப்ளிகேஷன்ஸ்
எண்: 9, பிளாட் எண்: 1080A, ரோஹிணி பிளாட்ஸ்
முனுசாமி சாலை, கே.கே.நகர் மேற்கு,
சென்னை - 600 078. பேச: 99404 46650

எறிகணை (நாவல்)

ஆசிரியர்: **தியா**©

ERIKANAI (NOVEL)

Author: **Thiyaa**©

Printed at : Ramani Print solutions, Chennai - 5.

First Edition: July - 2021

வெளியீட்டு எண்: 0011

ISBN: 978-81-953269-9-0

Pages: 144

Rs. 180

Publisher • *Sales Rights*

Discovery Publications	**Discovery Book Palace (P) Ltd**
No. 9, Plot,1080A, Rohini Flats, Munusamy Salai, K.K.Nagar West, Chennai - 600 078. Mobile: +91 99404 46650	No. 6, Mahaveer Complex, Munusamy Salai, K.K.Nagar West, Chennai-600 078. Ph: (044) 4855 7525 Mobile: +91 87545 07070

discoverybookpalace@gmail.com
WWW.DISCOVERYBOOKPALACE.COM

இந்த நூலில் பிரசுரமாகியுள்ள எந்த ஒரு பகுதியையும் பதிப்பாளரின் எழுத்துபூர்வமான முன்அனுமதி பெறாமல் எடுத்தாள்வதோ, மறுபிரசுரம் செய்வதோ, மொழியாக்கம் செய்வதோ, அச்சு மற்றும் மின்னணு ஊடகங்களில் மறுபதிப்புச் செய்வதோ, காப்புரிமைச் சட்டப்படி தடை செய்யப்பட்டுள்ளது. இந்த நூலிலிருந்து குறிப்பிட்ட பகுதிகளை மேற்கோள்காட்டி புத்தக விமர்சனம் செய்ய, ஊடகங்களுக்கு மட்டும் அனுமதி உண்டு.

உங்கள் மொபைல் போனிலிருந்து ஸ்கேன் செய்து 'டிஸ்கவரி புக் பேலஸ்' மொபைல் ஆப்பை டவுன்லோடு செய்து, புத்தகங்களை வாங்குங்கள்.

தியா (1978)

காண்டீபன் இராசையா

யாழ்ப்பாணம் மாவட்டம் - குப்பிளான் கிராமத்தைச் சேர்ந்தவர். போர்க்காலச் சூழலில் சிக்கி, பல பாடசாலைகளில் கல்வியைத் தொடர்ந்து, வவுனியா - ஓமந்தை மத்திய கல்லூரியில் உயர்தரம் முடித்து, யாழ்ப்பாணப் பல்கலைக்கழகத்தில் தமிழ்ப் பாடத்தில் சிறப்புப் பட்டம் பெற்றவர். அங்கு தமிழ்ச் சங்கத்தின் பதிப்பாசிரியராகவும் செயற்பட்டார். பின்பு, தஞ்சாவூர் ப்ரிஸ்ட் பல்கலைக்கழகத்தில் ஆய்வு நிறைஞர் (M.Phil) பட்டப் படிப்பையும் நிறைவு செய்தபின், அமெரிக்கா சென்று ரோபோக்கள் மற்றும் திரவ சக்தி ஆட்டோமேஷன் (Robotic and fluid power automation) பொறியியல் பட்டம் பெற்று, கம்ப்யூட்டர் ஹார்ட்வர் கம்பெனி ஒன்றில் பொறியியல் சேவைகள் மேலாளராக உள்ள இவர், அமெரிக்காவில் புகழ் பெற்ற செயின்ட் தாமஸ் பல்கலைக்கழகத்தில் (University of St. Thomas) பொறியியல் முகாமைத்துவம் முதுநிலைப் பட்டம் (M.S. Engineering Management) தொடர்ந்து, அது நிறைவுபெறும் நிலையில் உள்ளது.

கிட்டத்தட்ட பதினைந்து வருடங்களுக்கு மேலாக கவிதை, சிறுகதை என தனது எழுத்துகளால் வலையுலகில் அறியப்பட்டு வருபவர். அண்மைக் காலங்களில் ஈழப் போராட்டம் பற்றிய உள்ளிருந்த பார்வையாகப் பல நாவல்கள் வெளிவந்துள்ளன. அந்த வரிசையில் வெளிவரும் இவருடைய முதல் நாவல் ‘எறிகணை’.

மின்னஞ்சல்:

akshpoems@gmail.com

வலைத்தளம்:

www.thiyaa.com

முகநூல்:

www.facebook.com/ra.kandee

அன்பும் நன்றியும்

நீண்டதும் நெருக்கடிகள் நிறைந்ததுமான ஈழத்தமிழர்களின் வரலாற்றுப் பாதையில் தொடர்ச்சியாக நாம் கொடும் போரை எதிர்கொண்டோம். போர் எங்கள் மீது வலிந்து திணிக்கப்பட்ட போதும், அது எங்கள் வாழ்வியலைச்சிதைத்தபோதும், அதற்குள் அழகியல் நிறைந்த, மனிதப் பண்புகளுடன் கூடிய ஓர் ஒழுக்கம் நிறைந்த நல்வாழ்விருந்தது.

2009 - 2010 காலப்பகுதியில் நான் சென்னையில் இருந்தபோது இலக்கியப் போராளி ஐயா 'எஸ்.பொ' அவர்களுடன் நெருங்கிப் பணியாற்றும் வாய்ப்பை எனது மைத்துனன் 'அரவியன்' ஏற்படுத்திக் கொடுத்திருந்தார். ஒருநாள் வேலைக்கு இடையில் இந்தக் கதையை ஐயா 'எஸ்.பொ' அவர்களிடம் சொல்லியபோது "நல்ல உணர்வு பூர்வமான கதையாய் இருக்குதடா தம்பி. எழுது, என்ன உதவி வேணும் எண்டாலும் என்னைக் கேள்" என்று ஊக்கம் தந்தார். நான் சென்னையில் இருந்தபோது ஒருசில அத்தியாயங்களை எழுதி முடித்திருந்தாலும் அது நிறைவுறவில்லை.

2011-ல் நான் அமெரிக்காவுக்கு வந்த பின்னர் எழுதி முடித்திருந்த வேளையில், 2014-ல் ஐயா 'எஸ்.பொ' அவர்களும் இயற்கை எய்திவிட்டதால் நாவலை வெளியிடுவது பற்றி நான் பெரிதாகச் சிந்திக்கவில்லை. பத்து ஆண்டுகளாகக் கிடப்பில் போடப்பட்ட இந்தக் கதையை தம்பி தீபச்செல்வனிடம் சொன்னபோது, அவர் எனக்கு வேடியப்பனின் தொடர்பை ஏற்படுத்தித் தந்து இந்த நாவல் வெளிவர ஒரு தூண்டுதலாக இருந்தார்.

இந்தக் கதை கிட்டத்தட்ட ஆயிரத்துத் தொளாயிரத்து எண்பதுகளின் நடுப்பகுதியில் ஆரம்பித்து மே-2009 வரை நீள்கிறது. போருக்கு நடுவில் அந்தரப்படும் ஒரு குடும்பத்தின் கதையே இது. ஒரு தாய் மற்றும் அவளின் மூன்று குழந்தைகளைச் சுற்றியே கதை நகர்கிறது. நான் கண்டு, கேட்டு, பட்டு, உணர்ந்து, வாழ்ந்த வாழ்க்கையைக் கதையாக்கியிருக்கிறேன்.

அவ்வப்போது சில பல கவிதைகள், சிறுகதைகள் எழுதுவதுடன் நின்றுவிட்ட என்னை, இக்கதையை எழுதத் தூண்டிய அனைவருக்கும் மனம் நிறைந்த நன்றி. என் பெற்றோர், சகோதரர்கள், மனைவி, பிள்ளைகள், உறவுகள், நட்புகள், தீபச்செல்வன், வேடியப்பன், அரவியன் மற்றும் மறைந்தும் மறையாது என்றும் நினைவில் நிற்கும் எஸ்.பொ., கூகுள்வலையுலக நண்பர்கள் வட்டம், யாழ் இணையம், பனிப்பூக்கள், கீற்று இன்னும் நான் நன்றி சொல்லத் தவறிய அனைவருக்கும் என் நன்றி.

அன்புடன்,

தியா

1

சித்திரை மாத உச்சிவெயில் சுட்டெரித்துக்கொண்டிருந்தது. யாழ்ப்பாணம் பெரியாஸ்பத்திரியில் இருந்து திரும்பி வீட்டுக்கு வந்துகொண்டிருந்தாள் புவனா. ஆயாக்கடவைப் பிள்ளையார் கோயிலடித் தரிப்பிடத்தில் பஸ் நின்றதும், பஸ்ஸில் இருந்து இறங்கியவள் தோட்ட வரப்புகளினூடே நடக்கத் தொடங்கினாள்.

கணவன் இறந்தநாளில் இருந்தே அவளுக்கு வாழ்க்கையே போராட்டமாக நீண்டுகொண்டிருந்தது. தனி மனிசியாக, மூன்று பிள்ளைகளையும் தகப்பன் இல்லாமல் வளர்க்கப் போராடிக் கொண்டிருக்கிறாள்.

அது ஒரு மழைநாள். மழை ஓய்ந்து கொஞ்சநேரத்தில் ஆடுகளைத் தோட்டக் காணியில் மேயவிடலாம் என்று சென்றிருந்தான் சிவா. அந்த நேரத்தில் பலாலியில் இருந்து ஆமிக்காரன் செல் அடிக்கத் தொடங்கினான். 'விண்' என்ற சத்தத்துடன் வந்த செல் ஒன்று அவர்களுடைய தோட்டக் காணியில் விழுந்து வெடித்தது.

ஒரு கணப்பொழுதுதான்... எல்லாமே முடிந்துவிட்டது! யாரை உலகமென்று நம்பியிருந்தாளோ, யாரால் தன்னையும் பிள்ளைகளையும் காலம் முழுக்க வைத்துக் காப்பாற்ற முடியும் என்றிருந்தாளோ... அவன் மண்ணில் உயிரற்ற சடமாக வீழ்ந்து கிடந்தான்!

சிலுநீர் சிந்திக்கொண்டிருந்த தோட்டக் கிழுவையில் ஆட்டுக்குக் குழை வெட்டிக்கொண்டிருந்த புவனா, ஓர் ஓரமாகத் தூக்கி வீசப்பட்டிருந்தாள். அவளின் வலது காலில் இருந்து இரத்தம் வழிந்தோடிக்கொண்டிருந்தது.

எழும்பி நடக்க முயன்றாள்... முடியவில்லை. தோட்டத்தில் வேலை செய்துகொண்டிருந்த கணவனைத் தேடிச் சுற்றுமுற்றும் விழிகள் அலைந்தன. சற்றுத் தூரத்தில், அவன் மண்ணில் தூக்கி வீசப்பட்டிருப்பதைக் கண்டு துடித்துப்போனாள்.

கத்திப் பார்த்தாள்... பதில் இல்லை. ஓடிச்சென்று கணவனைக் கட்டித் தூக்க வேணும் போல் இருந்தது. மீண்டும் மீண்டும் கத்திக் கூப்பிட்டாள்... பதிலில்லை.

காலில் மரணவலியை உணர்ந்தவள் எழும்பி நடக்க முயன்றாள். பெரு வலியெடுத்து அது முடியாமல் போக 'ஓ'வென்று வானதிரக் கத்தினாள்.

சற்று நேரத்துக்குள் ஊரே கூடிவிட்டது. அடுத்த ஒரு மணித்தியாலத்துக்குள் புவனாவை ஆஸ்பத்திரியில் சேர்த்திருந்தார்கள். ஆஸ்பத்திரியில் வலது கால் தொடையில் இடுப்புக்குக் கீழே ஒரு அரையடி நீளத்துக்கு அறுத்துத் தையல் போட்டார்கள்.

இரண்டு நாள் கழித்து, ஊரெல்லாம் சேர்ந்து சிவாவை காடாகடம்பைச் சுடலையில் அடக்கம் செய்தபோது எழுந்து நடக்கக்கூட முடியாதவளாய் தள்ளுவண்டியில் இருந்தபடி அழுதுகொண்டிருந்தாள் புவனா. அருகில் அவளுடைய பத்து வயது மகன் செல்வன், எட்டு வயது மகள் நதி, ஆறு வயது மகள் ரேணு... மூவரும் அழுதுகொண்டிருந்தனர்.

"இனி அப்பா வரமாட்டார். அம்மா ஆஸ்பத்திரில கொஞ்ச நாள் இருக்க வேணும். நீங்கள் ஆச்சியோட இருங்கோ."

"ஓம் அம்மா... நான் தங்கச்சியாக்களைப் பாக்கிறேன். நீங்கள் கவனம் அம்மா" என்று அழுதபடி செல்வன் சொன்னபோது, இத்தனை சோகத்திலும் மகனை நினைத்து அவளுக்குப் பெருமையாக இருந்தது.

எல்லாம் முடிந்து மாலையிலேயே புவனாவை மீண்டும் ஆஸ்பத்திரியில் சேர்த்தார்கள். ஒருமாத காலம் ஆஸ்பத்திரி

வாழ்க்கை முடித்து வீட்டுக்கு வந்தபோது அவளால் சிவா இல்லாத வெற்றிடத்தை நினைத்துக்கூடப் பார்க்க முடியவில்லை.

தள்ளாத வயதில் தன் ஆச்சி தன்னையும் தன் பிள்ளைகளையும் பார்க்கக் கஸ்ரப்படுவதை நினைத்து நாள்தோறும் கலங்கினாள்.

"நீ பிள்ளையளை நினைச்சுக் கவலைப்படாத மோனே... காலை வடிவாய்ச் சுகமாக்கிக்கொண்டு வா. நான் பிள்ளையளைப் பார்க்கிறேன்."

ஆச்சியின் பேச்சு அவளுக்குத் தெம்பைக் கொடுத்தது.

சிறுவயதில் தாயை இழந்த புவனா, தன் தாயின் தாயான ஆச்சியுடன்தான் வளர்ந்தாள். காலப்போக்கில் தந்தையும் இறந்துபோக சிவாவைக் கலியாணம் செய்த நாளில் இருந்து ஆச்சியையும் தன்னுடன் கூட்டி வந்துவிட்டாள்.

ஆஸ்பத்திரியில் இருந்த காலத்திலும் சரி, வீட்டில் இருந்த இந்த மூன்று மாதங்களிலும் சரி, ஆச்சி அவளுக்கு எல்லா வகையிலும் ஒத்தாசையாக இருந்ததை எண்ணிப் பார்த்தாள். கிட்டத்தட்ட மூன்று மாதங்கள் வீட்டுக்குள்ளேயே அடங்கிக் கிடந்தவள், இனி கணவனின் துணை இல்லாமல் தனியாகத் தோட்டம் செய்வது சரிவராது என்ற முடிவுடன், கூலிவேலை செய்தாவது தன் பிள்ளைகளையும் ஆச்சியையும் காப்பாற்ற வேணும் என்று முடிவெடுத்து, தனக்குத் தெரிந்த ஊராரின் தோட்டங்களுக்கு வேலைக்குச் செல்லத் தொடங்கினாள்.

முதல் இரண்டு மூன்று மாதங்கள் கால் காயம் பெரும் வலியைக் கொடுத்தாலும் காலப்போக்கில் அது அவளுக்குப் பழகிப்போய்விட தன் பிள்ளைகளின் எதிர்காலம் ஒன்றே குறிக்கோளாகக் கொண்டு வாழத் தொடங்கியதால் அவளுக்கு நோவெல்லாம் ஒரு பொருட்டாகத் தெரியவில்லை.

அன்றிலிருந்து இந்த ஒரு வருடமாக ஒவ்வொரு மாதமும் முதல் செவ்வாய்க்கிழமை யாழ்ப்பாணம் பெரியாஸ்பத்திரிக்குப் போய் காலைச் சோதித்துக்கொண்டு வருவதை வழக்கமாகக் கொண்டிருந்தாள் புவனா.

முதல் ஆறு மாதங்கள் இரண்டு ஊன்று கோல்கள் பிடித்து நடந்தவள், பிறகு ஒரு ஊன்றுகோல் பிடித்து நடந்தாள்.

படிப்படியாக நாளடைவில் ஊன்றுகோல் இல்லாமல் நடக்கப் பழகியிருந்தாள்.

காலில் ஒரு சோடி பழைய செருப்பு நடக்கும்போது சடக்குச் சடக்கென்று அடித்துக்கொண்டிருந்தது. கையில் வைத்திருந்த கிளினிக் கொப்பியால் தலையை மூடியபடி வெயிலில் நடந்து கொண்டிருந்தாள். இதே வேகத்தில் நடந்தால் இன்னும் ஒரு பத்து நிமிட நடை தூரத்தில் அவளின் வீடு வந்து விடும்.

"அக்கா... என்ன ஆஸ்பத்திரியில் இருந்தா..?" என்று தோட்டவெளியில் இருந்து தலையை நிமிர்த்தியபடியே கத்தினாள், 'குருவி' என்று எல்லாராலும் அழைக்கப்படும் கலை.

ஊரில் ஒவ்வொருவருக்கும் அவர்களுடைய சொந்தப் பெயர்களைவிடப் பட்டப்பெயரே பெரிதாகப் புழக்கத்தில் இருக்கும். கலையைத் தெரியாதவர்கள் ஊரில் யாரும் இல்லை. ஆனால் 'குருவி' என்று சொன்னால்தான் ஊருக்கே தெரியும். அவளுக்குத் தெரியாத செய்தியென்று ஒன்றும் ஊரில் இருக்காது.

"ஓமோம்... சரியான வெயிலாய் இருக்குதடி" என்று சொல்லியபடியே அவசரமாகத் தன்பாட்டில் நடந்து கொண்டிருந்தாள் புவனா.

"அக்கா உந்த வாழைக்குப் பக்கத்தில கேத்திலோட தேத்தண்ணி இருக்கு... ஒரு மிடறு குடிச்சுட்டுப் போக்கா..."

"இல்லையடி... நான் பிள்ளையளுக்குச் சமைக்க நேரம் போட்டுது. அதுகள் பள்ளிக்கூடத்தாலை வந்திடுங்கள்" என்றபடி பதிலுக்குக் காத்திராமல் நடந்து மறைந்தாள் புவனா.

தூரத்தில் பனைமரங்கள் கூட்டம்கூட்டமாக அழகாக அணிவகுத்து நின்றன. தோட்டவெளிகளில் புகையிலை, வெங்காயம், மிளகாய், உருளைக்கிழங்கு என வகைவகையாக பயிர்கள்... பார்க்கும் இடமெங்கும் பச்சைப் பசேலென்று காட்சி தந்தது.

செம்பாட்டு மண்ணுக்கே உரிய குரக்கன், சாமை, தினை என அதன் இளங்கதிர்கள் தலையை நிமிர்த்தி, சூலம் போலவும் வேல் போலவும் பெரிய படையே போருக்குச் செல்வது போல காற்றில் அசைந்தாடிக்கொண்டிருந்தன.

சடைத்துக் கிளை பரப்பிய அண்ணமார் கோயில் ஆலமரம், உச்சி வெயிலில் தலையைச் சிலுப்பியபடி நிமிர்ந்து நின்றது. தூரத்தில் ஆடுகள் மேய்த்தபடி யாரோ ரெண்டு மூன்று பேர் அங்குமிங்குமாக நடந்துகொண்டிருந்தனர்.

செம்மண் பூமியைப் பிளந்தபடி அடுத்தகட்டப் பயிரிட லுக்காக சின்னச்சாமி தோட்டத்தை உழுதுகொண்டிருந்தார். கொக்குகளும் காகங்களும் செம்பகப் பறவைகளும் மைனாக்களும் போட்டி போட்டுக்கொண்டு, யார் முந்தியென மண்புழுவுக்கும் கொறவனவன் புழுவுக்குமாக மல்லுக்கட்டிக்கொண்டிருந்தன.

“அண்ணமாரே..!”

திரும்பத்திரும்ப உச்சரித்தபடி வலது பக்க ஒழுங்கையில் திரும்பி நடக்கத் தொடங்கினாள். திரும்பிப் பார்க்கும் இடமெல்லாம் பனங்கூடல்கள். காற்றின் அலைவில் பனை ஓலைகள் அங்குமிங்கும் அசைந்தாடிக்கொண்டிருந்தன.

இடையிடையே சிறிதும் பெரிதுமாக கல்வீடுகளும் மண்வீடுகளும் என தூரம் ஒன்றாகச் சில வீடுகள் இருந்தன. சுற்றிவர வரிசையாக பால்க்கிளுவை வேலியிட்டு, குறுக்குக் கட்டிய பெண்கள்போல இரண்டு மூன்று வரிசைகளுக்குக் கிடுகு வைத்துக் கட்டி மிக நேர்த்தியாக வேலி போட்டிருந்தார்கள். அந்த வேலிக்கு நடுவே நடுத்தர அளவில் கற்கள் அரிந்து மண்ணால் கட்டப்பட்ட வீடு இருந்தது. அந்த வீடும் ஆச்சியும் பிள்ளைகள் மூவரும்தான் இப்போது அவளுடைய உலகம்.

ஆச்சி கொடுத்த ஒரு சொம்பு தண்ணியையும் அப்படியே மடக்கு மடக்கெனக் குடித்துவிட்டு ஒரு ஐந்து நிமிடங்கள் திண்ணையில் களையாறிய பின் எழுந்து அடுப்படிக்குள் போனாள்.

காலையில் பிள்ளைகள் பள்ளிக்கூடம் போவதற்கு முன் வீட்டை விட்டுப் போனவள், பிள்ளைகள் வருவதற்குள் அவர்களுக்கு ஏதாவது சமைக்க வேணும் என்ற அவசரத்தில் சட்டுப்புட்டெனச் சமையல் வேலைகளில் இறங்கினாள்.

2

பெரிதாய்ப் பீத்திக்கொள்ளுறளவுக்கு குப்பிளான் ஒரு பெரிய இடம் இல்லை. ஏழாலையில் இருந்து பிரிந்த குட்டிக் கிராமம். இலங்கைப் படத்தை விரித்து வைத்து காங்கேசன் துறைக்கும் பலாலிக்கும் கீழே தேடிக்கொண்டு போனால் சிலவேளை குப்பிளான் கண்ணில் படலாம்.

குப்பிளானில் மிகவும் பிரபலமான சுருட்டுக் கொட்டகைகள் சில இருந்தன. அவை பார்ப்பதற்குத்தான் கொட்டகைகள். ஆனால், ஊரில் உள்ள பலரின் வாழ்வாதாரமே இந்தச் சுருட்டுக் கொட்டில்களில்தான் தங்கியிருந்தது. புகையிலைகளைப் பாடம் போட்டுக் கிருமாற்று வரும்வரை காத்திருந்து அவற்றைப் பதத்துடன் கோடா போட்டு சுருட்டுக்கு பயன்படுத்துவது எப்படி என்பதெல்லாம் இங்குள்ளவர்களுக்கு அத்துப்படி. அதை விடக் கசிப்புக்கும் பெயர் போன ஊராகவும் இது இருந்தது. கசிப்பு வித்து பணக்காரர் ஆனவர்களும், கசிப்புக் குடிச்சுக் குட்டிச் சுவரானவர்களும் இந்த ஊரில்தான் அதிகம்.

ஊரில் உள்ள ஆண்கள் பலரும் இங்குள்ள சுருட்டுக் கொட்டகைகளில்தான் வேலை பார்க்கிறார்கள். சராசரியாக ஒரு நாளுக்கு எட்டு மணித்தியாலங்களில் 500 சுருட்டுக்களைச் சுருட்டுபவன் கெட்டித்தனமான தொழிலாளியாகக் காணப்பட்டான். சிலர் அனாயசமாக 1000 சுருட்டுக்களை எட்டு தொடக்கம் பத்து மணித்தியாலங்களுக்குள் சுருட்டும் மகா கெட்டிக்காரர்களாகவும் இருந்தார்கள்.

சுருட்டுக் கொம்பனியில் வேலை செய்யும் தம்பி முறையான ஒருவர், புவனாவின் வறுமையைப் பார்த்து, “அக்கா பள்ளிக்கூடம் இல்லாத நாள்ல உன்ர பெடியனை வேணுமெண்டால் சுருட்டு கட்ட விடுறியே” என்றார்.

“இல்ல தம்பி… அது பால்குடிப் பிள்ளை, பாவம் ஏன் இந்தச் சின்ன வயதில கஸ்ரப்படுத்துவான்?”

உடனடியாகவே மறுத்த புவனா பின்னர் அவரிடம் கேட்டு அந்தக் கொம்பனிக்கான காலைச் சாப்பாட்டு ஒப்பந்தத்தைப் பெற்றிருந்தாள்.

***

கடந்த மூன்று மாதங்களாகச் செல்வனும் அதிகாலை யிலேயே எழும்பித் தன்னாலான உதவிகளைத் தாய்க்குச் செய்து கொடுத்துவிட்டுச் சுருட்டுக் கொம்பனிக்குக் காலைச் சாப்பாட்டை சென்று கொடுத்த பின்னர் பள்ளிக்கூடம் போவதை வழக்கமாகக்கொண்டிருந்தான்.

வழமை போல விடியக் காலமையிலையே எழும்பிவிட்ட புவனா இடியப்பம் அவித்துக்கொண்டிருந்தாள். தங்கைமார் இருவரும் எழுந்திடாதபடி மெதுவாக எழுந்து பூனை போல அடிமேல் அடி எடுத்து வைத்து அடுப்படிக்குள் போனான் செல்வன்.

உமிக்கரியை எடுத்துப் பல்லைத் தேய்த்தபடி முற்றத்தில் சடைத்து வளர்ந்து நின்ற இதரை வாழை மரத்துக்குத் தண்ணீர் பாய்ச்சியவன் கூட்டில் இருந்த கோழிகளைத் திறந்து விட்டான். சிறையில் இருந்து விடுதலை பெற்ற சுதந்திரப் பறவைகளாக ஒன்றன்பின் ஒன்றாய் கோழிகள் கூட்டை விட்டு அணிவகுத்துப் பாய்ந்தடித்து வெளியேறின.

இன்னொரு பக்கம் ஆச்சி, காலையில் இருந்தே சளி வந்தவள் போலக் காறித் துப்பிக்கொண்டிருந்தாள்.

“ஆச்சி… ஆச்சி…”

“என்னடா மோனே, இஞ்ச வா…”

செல்வனை வாரி அணைத்து தலையைத் தடவிக் கொடுத்தாள் ஆச்சி.

“ஆச்சி, மருந்து குடிச்சனியேணை... சளி போல இருக்கு...”

அடுப்படியில் இருந்து குரல் கொடுத்தாள் புவனா.

அதற்கிடையில் கண்களைக் கசக்கியபடி தங்கைமார் ரெண்டு பேரும் எழும்பி வர, ஓடியோடி அவர்களுக்குப் பள்ளிக்கூடம் போவதற்கான அடுக்குகளைச் செய்து கொடுத்துவிட்டு வெள்ளை வெளேரெண்டு பள்ளி உடையில் வந்து நின்றான் செல்வன்.

“பாவம் என்ரை பிள்ளை... விடிய வெள்ளணவும் எழும்பிக் கஸ்ரப் படவேணும் எண்ட விதி!” என்றபடி இடியப்பத்தை ஒரு தட்டில் போட்டு சம்பலும் சொதியும் ஊற்றி எடுத்து வந்த புவனா. சொதியை விட்டுப் பிசைந்து சம்பலுடன் சேர்த்து இடியப்பத்தைத் தீத்தி விட்டாள். அவசர அவசரமாக இடியப்பத்தைச் சாப்பிட்டு விட்டு இடியப்பக் கூடையைத் தூக்கித் தன் சைக்கிளில் வைத்துத் தள்ளிக்கொண்டு சுருட்டுக் கொம்பனி நோக்கிப் போனான் செல்வன்.

ஒரு பக்கம் முதுகில் புத்தகப்பையின் சுமை அவனை அழுத்திக்கொண்டிருக்க... இன்னொரு பக்கம் இரண்டு வருடங்களாகக கிரீஸ் இல்லாமல் சைக்கிள் தள்ளுவதற்கு மிகவும் கஸ்ரமாக இருந்தது. போகும் வழியெல்லாம் பின் சில்லுப் பிரிவீலுக்கு இடையில் இருந்தும் செயினுக்குள் இருந்தும் ஒருவிதமான ‘கிரீச் கிரீச்’ என்ற சத்தம் கேட்டுக்கொண்டிருந்தது.

பன்னிரண்டு வயதிலேயே செல்வன் ஒரு தாயைப் போலவும் தந்தையைப் போலவும் இருந்து தன் தங்கைகளைக் கண்ணும் கருத்துமாகப் பார்ப்பதை நினைத்து ஒரு பக்கம் பெருமையாக இருந்தாலும், தன் மகன் விளையாட வேண்டிய வயதில் இப்பிடிக் குடும்பப் பாரத்தைத் தூக்கிச் சுமக்கிறானே என்று இன்னொரு பக்கம் புவனாவுக்குக் கவலையாகவும் இருந்தது.

* * *

காலையில் இருந்தே பள்ளிக்கூடம் போகமாட்டேன் என்று அடம் பிடித்த ரேணுவுக்குச் சாப்பாட்டை ஊட்டி விட்டபடி, “என்ரை செல்லமெல்லே... அம்மா வேலைக்குப் போனால் தானே காசுழைக்க ஏலும். அம்மான்ரை செல்லக்குட்டி அம்மா சொன்னால் கேப்பாய்தானே?”

ரேணுவைக் கட்டித் தழுவியவள் நதியை மறுகையால் கட்டி அணைத்தபடி, "தங்கச்சியைக் கவனமா கூட்டிக்கொண்டு போடா என்ர செல்லம்..." என்றவள், இரண்டு கைகளாலும் இருவரையும் இறுக்கி அணைத்து முத்தமிட்டு, பாடசாலைக்கு அனுப்பி வைத்தாள்.

ஒருவாறாக நதியையும் ரேணுவையும் பள்ளிக்கூடத்துக்கு அனுப்பிவிட்டு ஆச்சிக்கும் காலமைச் சாப்பாட்டைப் போட்டுக் குடுத்துவிட்டுத் தானும் சட்டுப்புட்டென்று கிடைத்ததை அள்ளி வாயில் போட்டுக்கொண்டு தோட்ட வேலைக்கு வெளிக்கிட்டாள் புவனா.

"மோனே, வடிவா சாப்பிட்டிட்டுப் போ மோனே" என்று ஆச்சி வழமை போலவே கத்தத் தொடங்கினாள்.

"நான் சாப்பிட்டேனணை. நீ ஒருடமும் வெயிலுக்கை போகாதை... மத்தியானம் உந்த கழுநீர் தண்ணியை மட்டும் ஒருக்கா ஆட்டுக்கு வைச்சு விடணை" என்றபடி நடக்கத் தொடங்கினாள்.

"மோனே சொல்லுறதக் கேள்... சுவர் இருந்தால்தான் சித்திரம் வரையலாம். நீ தெம்பா இருந்தால்தான் உன்ர பிள்ளையளை பாக்கலாம். மோனே சாப்பிட்டிட்டுப் போ!"

"எனக்கு பசிக்கேல்லையணை கனக்கச் சாப்பிட்டா வேலை செய்யேலாது... இன்னும் கொஞ்சநேரத்தில அங்க தோட்டத்தில சாப்பிடலாம்தானே?"

ஆச்சியின் பதிலுக்குக் காத்திருக்காமல் கைகளை வீசியபடி விசுக்கு விசுக்கென்று தோட்டம் நோக்கி நடந்தாள்.

3

இரவு பத்து மணிக்குத் தொடங்கிய துவக்குச் சூட்டுச் சத்தம் வரவரப் பெரிதாகக் கேட்டது. இதற்கிடையில் பலாலியிலை இருந்து ஆமி இடைக்கிடை செல் அடிக்கத் தொடங்கியிருந்தான். தூரத்தில் ஓரிரு செல்கள் விழுந்து வெடிக்கும் சத்தம் கேட்டது.

பிள்ளைகள் மூவரும் பாயில் இருந்து எழும்பி தாயை இறுக்கக் கட்டிப் பிடித்தபடி இருந்தார்கள்.

"அம்மா பயமாய் இருக்கு!" ரேணு அழத் தொடங்கினாள்.

"மோனே பிள்ளையளைக் கூட்டிக்கொண்டு கோயில் பக்கம் போ!" என்று பாயில் இருந்து எழுந்திருக்காமலே கத்தினாள் ஆச்சி.

''இன்னும் கொஞ்சநேரம் பாப்போமணை'' என்று பிள்ளைகளை இறுக்கக் கட்டியணைத்தபடி சொன்னாள் புவனா.

வரவர வெடிச்சத்தம் கூடிக்கொண்டு போனது. அயலில் உள்ளவர்கள் கோயிலை நோக்கி ஓடத் தொடங்கினார்கள். சில செல்கள் கிட்டடியில் விழுந்து வெடிக்கும் சத்தம் கேட்டது. இதுக்கு மேலயும் வீட்டிலை இருக்க முடியாது என்பதை உணர்ந்தவளாய் பிள்ளைகளைக் கூட்டிக்கொண்டு கோயில் நோக்கி விரைந்தாள்.

மிக வேகமாக ஓட்டமும் நடையுமாக கோயிலுக்கு மிக அருகில் வந்துவிட்டார்கள். கோயிலின் எல்லாப் பகுதிகளும் சனத்தால் நிரம்பி வழிந்துகொண்டிருந்தது.

காற்றைக் கிழித்தபடி ஒரு செல் கூவிக்கொண்டு வரும் சத்தம் கேட்டது.

“நிலத்திலை படுங்கோ” என்றபடி பிள்ளைகள் மூவரையும் இழுத்துக் கீழே தள்ளிவிட்டுத் தோட்ட வரம்புகளுக்கிடையில் விழுந்தாள் புவனா.

“என்ர பிள்ளையாரப்பா... என்ர பிள்ளையளைக் காப்பாற்று!” என்று புவனா தன்னையும் அறியாமல் கத்தினாள்.

சற்றுத் தூரத்தில் செல் விழுந்து வெடிக்கும் சத்தம் கேட்டதை உறுதி செய்தபின் அடுத்த செல் விழுந்து வெடிப்பதற்குள் பிள்ளைகளைப் பார்த்து, “ஓடுங்கோ... ஓடுங்கோ... கோயிலுக்குள்ள போங்கோ!” என்று கத்தியபடி ஒரு காலை இழுத்தவாறு பின்தொடர்ந்து ஓடினாள் புவனா.

“கெதியா வாங்கோ... கெதியா வாங்கோம்மா!” என்று கோயிலுக்குள் இருந்தபடி கத்தினாள் நதி. ஓடிவந்த வேகத்தில் கால் இடறிக் கீழே விழுந்தவள் சுதாகரித்து எழுவதற்குள் பெரும் இரைச்சலுடன் கூவிக்கொண்டு வந்த செல் ஒன்று செவிப்பறை கிழியும் சத்தத்துடன் கிட்டடியில் இருந்த பனங்கூடலுக்கு நடுவே விழுந்து வெடித்தது.

“ஐயோ அம்மா..!”

பிள்ளைகள் மூவரும் ஒன்றாகக் கத்தினார்கள். கண்ணுக்கெட்டிய தூரம் எல்லாம் ஒரே புழுதியும் புகையுமாய் இருந்தது. புவனாவின் செவிப்பறை கிழிந்து தொங்குவதுபோல் உணர்ந்தவள் அடுத்த செல் வருவதற்குள் மெல்ல எழுந்து கோயில் நோக்கி ஓடினாள்.

சிறிய கோயில்தான். கடவுள் நம்பிக்கை உள்ளவர்கள் கடவுள் பாதுகாப்பார் என்றும் மற்றவர்கள் கல்லினால் கட்டிய கோயில் பாதுகாப்பானது என்றும் நினைத்து கோயிலுக்குள் ஓடி வந்தனர். கோயிலின் பின்னே உள்ள தல விருட்சமான ஆலமரம் ஐம்பதடிக்கு மேல் விட்டம் கொண்டதாக தன் கிளையைப் பரப்பிக் கோயில் முழுவதையும் வியாபித்திருந்தது.

கோயிலுக்குள் வர முடியாதவர்கள் அல்லது வரப் பிடிக்காதவர்கள் ஆலமரத்தைச் சுற்றியும் அருகில் உள்ள வாசகசாலையிலும் போய்த் தஞ்சம் புகுந்தனர். இப்போதும் செல் சத்தம் ஓயாமல்க கேட்டுக்கொண்டிருந்தது.

“அம்மா, பாவம் ஆச்சி தனிய...” செல்வன் ஆச்சியை நினைத்து வருந்தினான்.

“அவா வீட்டுக்குள்ள படுத்திருப்பா... நீங்கள் பயப்பிடாதையுங்கோ” பருந்திடமிருந்து குஞ்சுகளைக் காக்கும் தாய்க்கோழி போல மூவரையும் தன் கைகளால் அணைத்தபடி ஓர் ஓரமாகச் சுவரருகில் ஒதுங்கி இருந்தாள் புவனா.

சற்று நேரத்துக்குள் செல்லடி ஓய்ந்து வெடிச்சத்தமும் சற்றுத் தணியத் தொடங்கியது. ஆனாலும் எல்லாரும் கோயிலுக்குள்ளேயே இருந்தார்கள். அவர்களுக்கு நல்ல அனுபவம் இருக்கிறது. இப்பிடிக் கனநாள் நடந்திருக்கு. செல்லடி ஓய்ந்த மாதிரி இருக்கும் திடீரென்று மீண்டும் கொஞ்சநேரத்தில விட்ட இடத்தில இருந்து ஆமி திரும்பவும் அடிக்கத் தொடங்குவான்.

“ஆமி பிரேக் எடுக்கிறான்... இன்னும் கொஞ்சநேரத்தில திருப்பி அடிப்பான் பார்!” என்று யாரோ பெரிதாகச் சொன்னது புவனாவின் காதில் விழுந்தது. அது என்னவோ உண்மைதான். அனுபவமே மிகப் பெரிய ஆசான். கனநாள் இப்பிடித்தான் நடக்குது. எல்லாம் முடிஞ்சுது என்று திரும்பிப் போகும்போது திருப்பி அடிக்கத் தொடங்குவான்.

“நாளைக்கு பள்ளிக்கூடம் இல்லை!” சில சிறுவர்கள் பயத்தின் நடுவிலும் முகத்தில் ஒருவித சந்தோசத்தை வலுக்கட்டாயமாக வரவழைத்தார்கள்.

ஒரு மணி நேர அமைதிக்குப் பின்னர், மீண்டும் வெடிச சத்தம் வானதிரத் தொடங்கியது. இப்போது இரண்டு பக்கங்களிலும் இருந்து உக்கிரச் சண்டை நடப்பதற்கான சந்தேகங்களை வெடிச் சத்தத்தில் இருந்து உணர முடிந்தது.

துப்பாக்கிச் சூட்டுச் சத்தங்களுக்கு இடையில் குண்டுச் சத்தங்களும் வானதிரக் கேட்டன. கிட்டத்தட்டச் சாமம் கடந்து ஒருமணியளவில் ‘பரா’ வெளிச்சத்துடன் உலங்கு வானூர்தி வானில் வட்டமிடத் தொடங்கியது.எல்லாரும் தாங்கள் வைத்திருந்த அரிக்கன் விளக்கை அணைத்துவிட்டுக் கோயிலுக்கு உள்ளே வந்தனர். ஊருக்கே ஒளி கொடுக்கும் கோயில் இப்போது இருளில் மூழ்கியது. கோயிலின் மேலே உலங்கு வானூர்தி வந்தபோது எல்லாரும், “கடவுளே கன்னித்தாயே நீதான் எல்லாரையும் காப்பாற்ற வேணும்” என்று ஒருமித்த குரலில் முணுமுணுத்தனர்.

மூன்று நான்கு வட்டங்கள் அடித்த பிறகு திரும்பிப் பலாலிக்குப் போன உலங்கு வானூர்தி, கொஞ்சநேரத்துக்குள் துணைக்கு இன்னுமொரு உலங்கு வானூர்தியைத் தன்னுடன் சேர்த்துக்கொண்டு திரும்பி வந்தது. திடீரென ஒன்றுக்குப் பின்னால் ஒன்றாக வந்த உலங்கு வானூர்திகள் இரண்டிலிருந்தும் 'பரா' வெளிச்சத்துடன் சுடத் தொடங்கினார்கள்.

"எதோ பெரிய சண்டைதான் நடக்குது போல" என்று சொல்லிக்கொண்டே வெளியில் இருந்த ஒருசிலரும் ஒவ்வொருவராக உள்ளே வரத் தொடங்கினார்கள்.

வானில் இருந்து துப்பாக்கிச் சன்னங்கள் இருளைக் கிழித்துக்கொண்டு வெளிச்சத்துடன் வரிசைகட்டிக் கீழே விழுந்து வெடித்தன. கோயிலுக்குள் இருந்த சிறுவர்கள் தலையை வெளியே நீட்டி வேடிக்கை பார்த்துக்கொண்டிருந்தார்கள். இன்னும் சிலர் தாங்கள் பெரிய அரசியல் விற்பன்னர்கள் போலவும், ஆய்வாளர்கள் போலவும் தங்கள் அனுபவத்துக்குத் தக்கபடி சண்டையின் உக்கிரம் பற்றிக் கதைத்துக் கொண்டிருந்தார்கள்.

அந்த ஊரைப் பொறுத்தவரையில் வெடிச்சத்தம் அவர்களின் அன்றாட வாழ்வுடன் பழகிப்போன ஒன்று. அவர்களின் வாழ்வின் அங்கமாக அது அவர்களுடனேயே ஒட்டிக்கொண்டு விட்டது. ரேணு பிறந்தபோது பலாலியில் இருந்து தொடங்கின சண்டை இன்னும் முடியாமல் புவனாவைத் துரத்திக்கொண்டே இருந்தது.

பிள்ளைகள் மூவரும் தாயின் மடியில் நித்திரையாகக் கிடந்தார்கள். நேரம் காலை நான்கு மணியை நெருங்கிக் கொண்டிருந்தது. படிப்படியாக வெடிச்சத்தம் ஓய்ந்து புயலுக்குப் பின்னைய அமைதிபோல ஒருவித மயான அமைதியாக இருந்தது.

"சரி இனி எல்லாரும் வீட்டை போவோம்" என்றபடி இருந்தவர்கள் ஒவ்வொருவராக வெளிக்கிட்டனர். பொதுவாகச் சண்டைகள் இரவுப் பொழுதுகளில்தான் நடக்கிறது என்பதும், காலை நாலு மணிக்குப் பிறகு ஓய்ந்துவிடும் என்பதும் அவர்களுக்குத் தெரியும். இதுவும் ஒருவகையான அனுபவம்தான்.

எல்லாரும் போன பின்னர் புவனாவும் பிள்ளைகளை எழுப்பிக்கொண்டு வீடு நோக்கி நடக்கத் தொடங்கினாள்.

4

இவ்வளவு காலமும் பலாலியில் இருந்த ராணுவம், இந்த ஒரு வருட காலத்தில் ஒரு பக்கம் குரும்பசிட்டி வரையும் இன்னொரு பக்கம் வடக்குப் புன்னாலைக் கட்டுவன் வரையும் முன்னேறியிருந்தான். இதற்கிடையில் இப்போது குப்பிளானில் அடிக்கடி செல்கள் விழுந்து வெடிக்கத் தொடங்கின.

போராட்டமும் வாழ்வுமாகக் காலம் உருண்டோடிக் கொண்டிருந்தது. நாளுக்கு நாள் சண்டையின் தீவிரம் அதிகமாகத் தொடங்கியிருந்ததால் மக்களின் அன்றாட இயல்பு வாழ்க்கையும் பாதிக்கத் தொடங்கியது.

அன்றும் வழமைபோலத் தோட்டத்துக்குக் கூலி வேலைக்குச் சென்றிருந்தாள் புவனா. செல்வன் இப்போது ஒரு தாயைப்போல அவன் தன் தங்கைமாரைக் கவனித்துக்கொள்ளத் தொடங்கியிருந்தான்.

இப்போது அடிக்கடி சளித் தொல்லையில் தவித்துக் கொண்டிருந்த ஆச்சியைக் கவனித்துக்கொள்ளும் பொறுப்பையும் செல்வனே எடுத்திருந்தான். பள்ளிக்கூட விடுமுறை நாட்களில் தனியாக வீட்டைக் கவனித்துக் கொள்ளுமளவிற்குப் பக்குவம் பெற்றிருந்தவன், கோழிகளுக்குத் தீனி போடுவது ஆடுகளுக்குத் தண்ணீர் வைப்பதில் இருந்து குழை வெட்டிப் போடுவது முதல் எல்லா வேலைகளையும் இழுத்துப் போட்டுச் செய்யத் தொடங்கினான்.

* * *

மாலை நேரச் சூரியன், பகல் முழுவதும் சுட்டெரித்த உக்கிரம் தணித்து மெள்ளமெள்ள ஓடி மறைந்து கொண்டிருந்தான். புவனா தோட்ட வேலை முடிந்து ஆட்டுக்கு வெட்டிய புல்லுக் கட்டைத் தூக்கித் தலையில் வைத்தபடி வீட்டை நோக்கி நடந்து வந்துகொண்டிருந்தாள்.

வானில் திடீரெனப் பெரும் இரைச்சல். இப்படி ஒரு பேயிரைச்சலை யாரும் இதுவரைக்கும் கேட்டதில்லை. தோட்டத்தில் இருந்தவர்கள் எல்லாம் தங்கள் வீடுகளை நோக்கி ஓடத் தொடங்கினார்கள்.

என்ன நடக்கிறது என்பது யாருக்கும் விளங்கவில்லை. புவனாவுக்குக் காது அடைத்து, தலை விறுவிறுக்கத் தொடங்கியது. புல்லுக்கட்டை அப்படியே தூக்கிப் போட்டு விட்டு வீட்டை நோக்கி ஓடினாள்.

பற்றைக் காட்டில் கட்டியிருந்த ஆடுகள் பயத்தினால் கயிற்றை அறுத்து விடுமளவிற்கு மிரட்சியுடன் துள்ளிக் குதித்துக்கொண்டிருந்தன. ஓடிவந்த வேகத்தில் ஆடுகளின் கட்டை அவிழ்த்துவிட்டாள். அவை விடுதலை கிடைத்துவிட்ட உணர்வுடன் வீடு நோக்கி ஓட தானும் பின்னால் விரைந்தாள்.

வீட்டு முற்றத்தில் பிள்ளைகள் காதைப் பொத்தியபடி வானத்தை அண்ணாந்து பார்த்துக்கொண்டிருந்தார்கள். இரைச்சல்... எங்கும் ஒரே இரைச்சல்... தங்கள் தங்கள் வீட்டுக்குள் முடங்கிக் கிடந்தவர்கள் எல்லாரும் படிப்படியாக வெளியே வந்து கைகளை நெற்றியில் வைத்து வானத்தை அண்ணாந்து பார்த்துக்கொண்டிருந்தார்கள்.

"என்னம்மா அது?"

செல்வன் கையை நீட்டி ஏதோ ஒன்றைச் சுட்டிக் காட்டினான்.

"என்னெண்டு தெரியேல்லையடா!."

கண்ணுக்கு மேலே கையை வைத்து மேலே பார்த்தாள் புவனா. வால் போத்தைகள் ஒன்றன் பின் ஒன்றாக வருவது போல பெரிய விமானத்தில் இருந்து எதையோ போட்டார்கள். கொஞ்ச நேரம்தான், உணவுப் பொட்டலங்கள், இனிப்புப்

பண்டங்கள், துண்டுப் பிரசுரங்கள் என போட்ட பின் விமானம் திரும்பிச் சென்றது. ஊரோடு சேர்ந்து சீலனும் தேடித்தேடிப் பொறுக்கி எடுத்தான்.

இந்தியாவில் இருந்து அமைதிப்படை வரப்போகுதாம், எங்களை இந்தச் சண்டையிலை இருந்து காப்பாற்ற வந்திருக்கிறான்களாம்.

ஊரெல்லாம் எல்லாரும் பேசிக்கொண்டார்கள். அன்றைய இரவின் பி.பி.சி. செய்தியும் அதனை உறுதி செய்தது.

அடுத்தநாள் காலையில் இருந்தே எல்லாரும் இந்தியன் ஆமி பற்றியும், தங்களைக் காப்பாற்ற இந்தியா ஆமியை அனுப்பப் போறதைப் பற்றியும் பாராட்டிப் பேசத் தொடங்கியிருந்தனர். அன்றைய நாளிதழ்களிலும் வானொலிச் செய்திகளிலும் இதுவே தலைப்புச் செய்தியானது.

ஒரு சில நாட்களுக்குள் இந்தியன் ஆமி வந்தபோது எல்லாரையும் போல புவனாவும் வாழை கட்டித் தோரணம் இட்டுக் கோலம் போட்டு இந்தியன் ஆமியை வரவேற்றாள். மக்கள் எல்லாரும் தங்களுக்குச் சுதந்திரம் கிடைத்து விட்டதாக உணர்ந்தார்கள்.

"சுதந்திரமாக இருக்கலாம். யாருக்கும் எந்தக் குறையும் இருக்காது..." என்று அறிவிப்பு விட்ட இந்தியன் ஆமி, அரிசி, பருப்பு, மாவு, சீனி, ரொட்டி என மக்களுக்கு நாளாந்தம் வழங்கி தங்களை நல்லவர்கள் என நிரூபிக்கும் செயலில் இறங்கியிருந்தார்கள். ஊரோடு ஊராக புவனாவும் வரிசையில் நின்று நிவாரணப் பொருட்களைப் பெற்றுத் திரும்பியிருந்தாள்.

வந்த சில நாட்களிலேயே அமைதி காக்கவென வந்த ஆமி தன்னுடைய இன்னொரு முகத்தைக் காட்டத் தொடங்கியிருந்தான். பலாலியில் இந்திய ராணுவத்துக்கும் விடுதலைப்புலிகளுக்கும் இடையில் பெரிய சண்டை வெடித்தபோது புவனாவுக்கு என்ன செய்வது எங்கு செல்வது என்று தெரியவில்லை.

எங்கும் இராணுவ மயம். இலங்கை ராணுவத்தைவிடப் பலமடங்கு பலம் வாய்ந்த இந்தியன் ஆமியுடனான சண்டை நாளடைவில் பலாலி தாண்டி யாழ்ப்பாணத்தின் மூலை முடுக்கெல்லாம் பரவியது.

இலங்கை ராணுவக் காலத்தில் ஆமி குரும்பசிட்டி தாண்டி குப்பிளானுக்குள் வந்ததில்லை. ஆனால் இந்திய ராணுவ காலத்தில் எங்கு எப்போது சண்டை வெடிக்கும் எனத் தெரியாமல் எல்லாரும் குழம்பிப் போயிருந்தனர்.

* * *

அன்று காலையில் நடந்த சம்பவம் எல்லாரையும் அதிர்ச்சியில் உறையவைத்தது. முதல் முறையாக ஊருக்குள் இந்திய ராணுவம் வந்து தங்கள் வேட்டையைத் தொடங்கியிருந்தது.

நாய்கள் இடைவிடாமல் குரைத்துக்கொண்டே இருந்தன. சுருட்டுக் கொம்பனிக்குச் சமைப்பதற்காக அதிகாலையிலேயே எழும்பி இடியப்பம் பிழியத் தொடங்கியிருந்தாள் புவனா. நேரம் ஆறு மணியைத் தொட்டுக்கொண்டிருந்தது.

டமார்... டமார்... என சுற்றியிருந்த வேலியின் பால்க்கிளுவைக் கதிகால்கள் முறியும் சத்தம் கேட்டது.

செல்வன் அடுப்படிக்குள் இருந்தபடி எட்டிப் பார்த்தான். வீட்டின் வேலியோரம் யாரோ வரிசையில் போவது போல் இருந்தது. மங்கிய ஒளியிலும் ஆமிக்காரங்கள் நடந்து போகிறார்கள் என்பது தெளிவாகத் தெரிந்தது. ஊரில் உள்ள நாய்கள் எல்லாம் ஒன்று சேர்ந்து விடாமல் குரைத்துக் கொண்டே இருந்தன. கொஞ்சநேரத்துக்குள் எல்லாருடைய வீடுகளும் சுற்றி வளைக்கப்பட்டுவிட்டன என்பதை உணர முடிந்தபோது அவர்களுடைய வீடும் சுற்றி வளைக்கப்பட்டிருந்தது.

"அம்மா, இந்தியன் ஆமி எல்லா இடத்திலையும் ஆக்களைப் பிடிச்சு வைச்சுக்கொண்டு நிக்கிறான்... இப்ப என்ன செய்யிறது?"

அடுப்படியின் ஒரு மூலையில் பயந்து நடுங்கியபடி செல்வன் இருந்தான்.

"பொறு... பயப்பிடாதை என்னதான் நடக்குதெண்டு பாப்போம்."

மகன் பயந்து நடுங்குவதைப் பார்க்கப் பொறுக்காதவளாய் முன் படலை வழியே எட்டிப் பார்த்தாள் புவனா.

"சலோ... சலோ..."

"..................."

"ஏய், சலோ..."

"............"

"ஏய் லடுக்கி..."

மாறி மாறி ஒவ்வொருவராகக் கூப்பிட்டனர். அவளுக்கு எதுவுமே புரியவில்லை. கண்களைக் கசக்கியபடி படலையைத் திறந்து எட்டிப் பார்த்தாள். ஊரில் உள்ளவர்களில் பாதிப் பேரை ராணுவம் கைதுசெய்து வைத்திருந்தார்கள் கைது செய்யப்பட்டவர்களில் பலரின் கண்கள் கட்டப்பட்டிருந்தன. இன்னும் சிலரின் கைகள் பின்பக்கமாகக் கட்டப்பட்டிருந்தன.

பயத்தால் நடுங்கியபடி பிள்ளைகள் மூவரும் தாயைக் கட்டிப்பிடித்துக் கொண்டிருந்தனர்.

"அம்மா... வெளிலை போகாதையுங்கோ..!"

செல்வன் கத்தியதும், ஒரு நொடிதான்... படலையைப் பிடித்துக்கொண்டு அப்பிடியே நின்றுவிட்டாள்.

ஆச்சியால் எழுந்து நடக்கக்கூட முடியவில்லை. பொல்லை ஊன்றியபடி மெதுவாக எழுந்து வந்தவள் புவனாவையும் பிள்ளைகளையும் விலத்திவிட்டுப் படலையைத் திறந்துகொண்டு முற்றத்துக்கு வந்தாள்.

"ஆர் தம்பி நீங்கள்..? என்ன மோனே வேணும்?" என்று ஆமியைப் பார்த்துக் கேட்டாள். ஆச்சி கேட்டது அவங்களுக்கு விளங்கினதோ தெரியவில்லை. ஆச்சியை விலத்திவிட்டு முன்னே வந்த ஒருவன், "உன் புருசனை வெளில வரச் சொல்லு..." என்று புவனாவைப் பார்த்து அரைகுறைத் தமிழில் சொன்னான்.

எத்தனையோ தமிழ் சினிமாப் படம் பார்த்தவளுக்குக்கூட அவனின் தமிழ் விளங்கக் கடினமாக இருந்தது. மனதில் தைரியத்தை வரவழைத்துக்கொண்டு, "ஐயா என்ர மனிசன் செத்து ரண்டு வருசமாச்சு... நானும் என்ர பிள்ளையளும் ஆச்சியும்தான்" என்று புவனா சொல்லி முடிப்பதற்குள், "வீட்டுக்குள்ள எல்.டி.டி.ஈ.யைப் பூட்டி வைச்சிருக்கியா?" என்று சற்று அதிகாரமான தொனியில் மிரட்டினான்.

"ஐயா... நாங்கள் அப்பாவியள் ஐயா..." என்று அவள் சொல்லி முடிப்பதற்குள் ஹிந்தியில் ஏதேதோ சொல்லியபடி சப்பாத்துக் கால்களுடன் எல்லாரும் வீட்டுக்குள் போனார்கள்.

சல்லடை போட்டுத் தேடிய பின், சுருட்டுக் கொட்டிலுக்கு இடியப்பம் போட்டு வைத்திருந்த பிளாஸ்டிக் வாளியுடன் வெளியே வந்தான் ஒரு ஆமிக்காரன்.

"என்ன இது... எல்டிடிஈ.க்குச் சாப்பாடு போட்டு வைச்சிருக்கியா...?" என்று பல்லை நெருமிக்கொண்டு வந்தான்.

"ஐயா... எனக்கு மனிசன் இல்லை... நான் சுருட்டுக் கொம்பனிக்கு சமைச்சுப் போட்டுத்தான் சீவிக்கிறேன்."

"ஏன்... புருஷன் இல்லையா?"

"ஓம்... என்ர மனிசன் செத்து ரண்டு வரிசம் ஆச்சுது."

"எப்பிடி உன் புருஷன் செத்திச்சி?"

"பலாலியில் இருந்து ஆமி அடிச்ச செல் எங்கட தோட்டத்தில விழுந்து வெடிச்சது... அதிலேயே என்ர மனிசன் செத்துப் போனார்!"

தோட்டத்தை நோக்கிக் கையைக் காட்டியவாறு சொல்லிக்கொண்டிருந்த புவனாவின் கண்களில் இருந்து தாரைதாரையாகக் கண்ணீர் ஓடிக்கொண்டிருந்தது.

"ஏய்... இங்க வா!" என்று செல்வனை கைகாட்டி அழைத்தான் ஒரு ஆமிக்காரன். பயந்து நடுங்கியபடி முன்னே வந்தான் செல்வன்.

"உன் பெயர் என்ன?"

"செல்வன்..."

"சரியா சொல்லு... உங்க வீட்டுக்கு எல்டிடிஈ வாறதா?" என்ற மிரட்டலாக ஆமிக்காரன் கேட்டதும், பயத்தில் அழத் தொடங்கினான் செல்வன்.

"அழாதே, நான் உன்ன ஒண்ணும் பண்ண மாட்டேன். சரியா சொல்லு உங்க வீட்டுக்கு எல்டிடிஈ வாறதா?"

கண்களைக் கசக்கியவாறு, "இல்லை" என்றான்.

பன்னிரண்டு வயதிலும் தோற்றத்தில் பத்து வயதாகவே இருந்தான் சீலன். வந்தவர்களில் ஒருவன் ரொட்டித் துண்டுகளை எடுத்து செல்வனிடம் நீட்டி சாப்பிட அதட்டினான்.

"அம்மா..." என்றபடி தாயின் சம்மதத்துக்காக திரும்பி வாங்க மறுத்த செல்வனின் கையைப் பிடித்து ரொட்டித் துண்டுகளைத் திணித்துவிட்டு புவனாவிடம் வந்தவன், ஒரு பிடி அரிசியை அள்ளிக் கொடுத்துவிட்டு முற்றத்தில் நின்ற சேவல்களைப் பிடித்துத் தரும்படி சொன்னான்.

பயந்தபடி, மறுபேச்சின்றி அரிசியைப் போட்டு, "பா... பா..." என்றழைத்ததும் பாசத்தோடு வளர்த்த சேவல்கள் ரெண்டும் அவளின் கைகளில் வந்து சரணடைந்தன. ஒன்றன்பின் ஒன்றாக இரண்டு சேவல்களையும் பிடித்து அவனிடம் கொடுத்தாள் புவனா. சேவல்களை வாங்கி, அதன் கால்களை மடக்கிக் கட்டி, பெரிய காற்சட்டைப் பையில் வைத்துக்கொண்டு போனான், அந்த ஆமிக்காரன்.

தான் ஆசையாக வளர்த்த சேவல்களை ஆமிக்காரன் பிடித்துக் கொண்டுபோனதைப் பார்த்து, விம்மிவிம்மி அழத் தொடங்கினான் செல்வன்.

"அழாதை..." என்றவள், ஒரு கையால் செல்வனின் வாயைப் பொத்தியபடி இன்னொரு கையால் அவனைத் தடவிக் கொடுத்தாள் புவனா.

திரும்பிப்பார்த்த ஆமிக்காரன், செல்வனைப் பார்த்து, "ஏய் பையா அழுவாத... இந்தப் பக்கம் எல்டிடிஈ வந்தா எங்களுக்கு நியூஸ் சொல்லணும், சரியா..." என்று சொல்லிவிட்டு நடக்கத் தொடங்கினான்.

அந்தச் சேவல் பிடித்த ஆமிக்காரனைத் தொடர்ந்து மற்றவர்களும் தாங்கள் கைது செய்து வைத்திருந்த ஊரவர்களைக் கூட்டிக்கொண்டு போய்த் தலையாட்டி முன் நிப்பாட்டினார்கள்.

5

புதிதாக வீதிகள் எல்லாம் முட்கம்பி வேலிகள் முளைத்திருந்தன. வீதிகள் மறிக்கப்பட்டு ஆங்காங்கே சோதனைச் சாவடிகள் அமைக்கப்பட்டன. இலங்கை ராணுவத்திடம் இருந்து தங்களைக் காப்பாற்ற வந்த மீட்பர்கள் என்று நினைத்திருந்த வேளையில் இந்தியன் ஆமியின் இந்தச் செயல்கள் எல்லாரையும் போலவே புவனாவுக்கும் ஒரு விதமான பயத்தை விதைத்தது.

பெரும்பாலான நேரங்களில் வீட்டிலேயே அடைந்து கிடந்தாள். தோட்ட வேலைகள் தவிர்த்து பிள்ளைகளைத் தனியாக வீட்டில் விட்டு மற்ற இடங்களுக்குப் போகப் பயந்தாள் புவனா.

ஐப்பசி மாதத்து மழை இரண்டு நாட்களாகக் கொட்டித் தீர்த்த பின் சற்று ஓய்ந்திருந்தது. பல மாதங்களாகக் கிளினிக் போவதற்குக்கூடப் பயந்தவளாகி வீட்டிலேயே முடங்கிக் கிடந்தவள், கால்வலி கூடிப்போகவே இன்று பிள்ளைகளைப் பள்ளிக்கூடம் அனுப்பிய பின் வழமைக்கு மாறாகச் சற்றுத் தாமதமாகவே பெரியாஸ்பத்திரிக்கு வந்திருந்தாள்.

வழமையாக ஆறு மணிக்கு முதலே கிளினிக் வருபவள் இன்று தாமதமாகியதால் காலையிலேயே வழமைக்கு மாறாகப் பெரியாஸ்பத்திரி சனத்தால் நிரம்பி வழிந்துகொண்டிருந்தது. கிளினிக் வருபவர்கள், சண்டையில் காயமடைந்தவர்கள், அவர்களைப் பார்க்க வருபவர்கள் என எங்கு பார்த்தாலும் ஒரே சனத்திரள்.

கிளினிக் முடிந்து வீட்டுக்குப் போகத் தயாரான போதுதான் அந்தப் பயங்கரம் நிகழ்ந்தது. சுற்றிவர எங்கும் வெடிச்சத்தம். துப்பாக்கிச் சன்னங்கள் ஆஸ்பத்திரியின் சுவர்களைப் பதம் பார்த்துக்கொண்டிருக்க... யாருமே எதிர்பாராத நேரம் பெரியாஸ்பத்திரி இந்தியன் ஆமியால் சுற்றி வளைக்கப்பட்டது. எல்லாப் பக்கத்தாலும் சுட்டபடி வைத்தியசாலை வளாகத்துக்குள் ஆமி வந்தான். சிலர் நிலத்தில் விழுந்து படுத்தனர். இன்னும் சிலர் சிதறி ஓடினர்.

மிகச் சிறிய அறையில் வைத்தியசாலை ஊழியர்கள் சிலருடனும் மற்றைய சில நோயாளர்களுடனும் குறண்டிக்கொண்டு பதுங்கியிருந்தாள் புவனா. பின்னேரம் தாண்டி இரவாகியது இன்னும் ஆமி வைத்தியசாலையை விட்டுப் போகவில்லை என்பதை இடையிடையே கேட்ட துப்பாக்கிச் சூட்டுச்சத்தத்தின் மூலம் உறுதிப்படுத்திக்கொண்டாள்.

நெஞ்சு பதைபதைக்கத் தொடங்கியது. மயக்கம் வருமாற்போல கண்ணெல்லாம் இருட்டிக்கொண்டு வந்தது. தலை விறுவிறுத்து ஓங்காளிச்சுக்கொண்டு சத்தி வருமால்போல இருந்தது.

"ஐயோ..." என்றபடி பெருமூச்சொன்றை எறிந்து விட்டு, "பிள்ளையள் வீட்டிலை தனிய... கடவுளே பிள்ளையாரப்பா" என்று மூலையில் இருந்து முனகிக் கொண்டிருந்தாள்.

கண் முன்னே நடப்பவற்றைப் பார்க்க ஓவென்று பெருத்த குரலெடுத்து அழவேணும்போல் இருந்தது. அது முடியாமல் போக மனதுக்குள் குமைந்து புழுங்கியபடியே இருந்தாள்.

திடீரெனத் துப்பாக்கிச் சூட்டுச் சத்தங்கள் காதைப் பிளந்தன. ஆஸ்பத்திரி வளாகமே குண்டுச்சத்தத்தில் அதிர்ந்தது. பத்து பன்னிரெண்டு நிமிடங்கள்தான் எல்லாமே ஓய்ந்துவிட்டது.

ஒரே நிசப்தம்... இடையிடையே, "தண்ணீ... தண்ணீ..." என்று யாரோ கத்தும் சத்தம் மட்டும் கேட்டுக்கொண்டே இருந்தது. வெளியில் என்ன நடக்கிறது என்பது உள்ளே இருந்தவர்கள் யாருக்கும் புரியவில்லை.

அடுத்தநாள் மத்தியானம் வரை பூட்டிய அறையிலேயே இருந்தவள், வைத்தியசாலை ஊழியர்களின் உதவியுடன் ஒருவாறாக வெளியேறி வீட்டை அடைந்தபோது நேரம் மாலை ஐந்தரையைத் தாண்டியிருந்தது.

தன் வீட்டு வாசலில் அயலவர்கள் கூடியிருப்பதைக் கண்டு பதற்றமாக ஓடினாள்.

"அம்மா...!" என்றபடி பிள்ளைகள் மூவரும் தாயை இறுக்கக் கட்டி அழத் தொடங்கினர்.

இரண்டு நாட்களாகப் பிள்ளைகளைப் பிரிந்திருந்தவள், "எனக்கொண்டுமில்லை... அழாதையுங்கோ." மறு பிறப்பெடுத்து வந்தவளாய் பிள்ளைகள் மூவரையும் கட்டித் தழுவியபடி அப்படியே திண்ணையில் அமர்ந்தாள்.

அடுத்தநாள் செய்தியில் யாழ்ப்பாணம் வைத்தியசாலையில் வைத்தியர்கள் உட்பட 60 – 70 வரையான பணியாளர்கள் மற்றும் நோயாளர்கள் இந்தியன் ஆமியால் சுடப்பட்டு இறந்த செய்தி கேட்டு அதிர்ந்துபோனாள்.

அந்தக் கோரச் சம்பவத்துக்குப் பிறகு அவள் கிளினிக் போவதை முழுவதுமாக நிறுத்தியிருந்தாள்.

* * *

நாளடைவில் இந்தியன் ஆமியின் கொலை வெறித்தனம், கற்பழிப்பு வேட்டைகள் இன்னும் தீவிரமடையத் தொடங்கிய போது, பாடசாலை இல்லாத நாட்களில் பிள்ளைகளைத் தனியாக வீட்டில் விட்டுவிட்டு புவனாவால் வேலைக்குக்கூட ஒழுங்காகப் போய்வர முடியவில்லை.

நீண்ட நாளைக்குப் பின் அன்றுதான் வெங்காயம் ஏற்றுவதற்காகக் கொழும்பில் இருந்து பாரஊர்திகள் வந்திருந்தன. பல நாட்களாக வீட்டுக்குள்ளேயே முடங்கிக் கிடந்ததால் அரிசி வாங்கக்கூட காசில்லாமல் பெரும் வறுமை அவர்களை ஆட்டிப் படைத்தது. வறுமையின் பிடி தாங்காமல் நீண்ட நாளுக்குப் பின் அன்றுதான் ஒரு தோட்டத்தில் வெங்காயம் வெட்டுவதற்காகப் போயிருந்தாள்.

நேரம் மத்தியானம் ஒருமணியை நெருங்கிக் கொண்டிருந்தது. தோட்டத்துக்கு வந்த மத்தியானச் சாப்பாட்டிலை கொஞ்சச் சோறைச் சாப்பிட்டுவிட்டு பிள்ளைகள் நினைப்பு வர மிச்சத்தைக் கட்டி ஒரு பொட்டலமாக ஒரு வாழையடியில் வைத்து விட்டுச் சாப்பிட்ட கையை கழுவிக்கொண்டிருந்தாள் புவனா.

"ஆக்களைப் பிடிச்சுக்கொண்டு ஆமி வாறான்... எல்லாரும் ஓடுங்கோ... கோயிலுக்கு ஓடுங்கோ!"

ஒருசிலர் கத்தியபடி கோயிலை நோக்கி ஓடினார்கள்.

தோட்டத்தில் வேலை செய்துகொண்டிருந்தவர்களும் அவர்களைப் பின் தொடர்ந்து கோயிலை நோக்கி ஓடினார்கள். சாப்பாட்டுப் பொட்டலத்தைக் கையில் எடுத்துக்கொண்டு புவனா நிமிர்வதற்குள் தோட்ட வெளி முழுவதும் இந்தியன் ஆமியால் நிரம்பிப்போய் இருந்தது.

"இந்தப் பக்கம் எல்டிடிஈ வந்ததா..?" என்று வந்த ஆமியில் ஒருவன் புவனாவைப் பார்த்துக் கேட்டான்.

"இல்லை ஐயா... நான் காணேல்லை"

"தோட்டத்துக்குள்ள எல்டிடிஈ ஆக்கள் பதுங்கி இருக்கிறதா தகவல் கிடைச்சது."

"ஐயா, எங்களுக்கு ஒன்றும் தெரியாதையா, நாங்கள் வெங்காயம் வெட்டத்தான் வந்தனாங்கள்" சாப்பாட்டுப் பொட்டலத்தை இறுக்கப் பிடித்தபடி நின்றிருந்தாள்.

"உன்னை விசாரிக்க வேணும் போய் வண்டிலை ஏறு!" என்று அந்த ராணுவ அதிகாரியின் மிரட்டலால் ஒருகணம் திகைத்தவள், "ஐயா... என்ர பிள்ளையள் வீட்டிலை தனிய... தகப்பன் இல்லாத பிள்ளையள் ஐயா... இரக்கம் காட்டுங்கோ. நான் என்ர பிள்ளையளிட்டப் போக வேணும்..!" என்று விம்மி விம்மி அழத் தொடங்கினாள்.

இரக்கமே துளியும் இல்லாத அந்த ஆமிக்காரர்களில் ஒருவன் பல்லை நெருமியபடி அவளின் கையைப் பிடித்து, "நட ஜீப்பில் ஏறு...!" என்றபடி அவளைத் தரதரவென இழுத்துச் சென்று ஜீப்பில் ஏற்றினான். சோற்றுப் பொதி, நிலத்தில் விழுந்து சிதறியது. அவளுடன் இன்னும் ஆறேழு பேர் ஜீப்பில் இருந்தனர். சற்று நேரத்துக்குள் கண்கள் கட்டப்பட்டு 10, 15 நிமிடப் பயணத்தின் பின் ஓர் இடத்தில் இறக்கப்பட்டனர். கண்களில் கட்டியிருந்த துணியைக் கழற்றியபோதே அது வடக்குப் புன்னாலைக் கட்டுவன் என்பது அவளுக்குத் தெரிந்துவிட்டது.

மாலையில் தகவல் தெரிந்தபோது பிள்ளைகள் மூவரும் ஊரில் உள்ள சில பெரியவர்களும் கிராம அலுவலரைக் கூட்டிக் கொண்டு இராணுவ முகாம் நோக்கிச் சென்றபோது இராணுவ அதிகாரிகள் யாரும் பேசுவதற்குக்கூட முன்வரவில்லை. காவலரணில் நின்ற சிப்பாய்கள் கிராம அலுவலரை மட்டும் உள்ளே அழைத்துச் சென்றனர்.

சற்றுநேரத்தில் வெளியே வந்த கிராம அலுவலர் பிள்ளைகள் மூவரையும் பார்த்து, "அவையள் விசாரணை செய்ய வேணுமாம்... விடிய விடுறோம் எண்டுறாங்கள்... எதுக்கும் விடிய வருவோம். உங்களுக்குப் பயம் எண்டால் என்ர வீட்டை வந்து நில்லுங்கோ" என்றார்.

கண்களைக் கசக்கியபடி, "இல்லை, வீட்டிலை ஆச்சி தனிய..." என்றான் செல்வன்.

தந்தை இறந்தநாளில் இருந்து தாயின் அரவணைப்பில் வாழ்ந்தவர்கள் ஒரு குறிப்பிட்ட சில நாட்களுக்குள்ளேயே இரண்டாவது முறையாகவும் தாயைப் பிரிந்து பெரும் துன்பப்பட்டனர். பயம், பதற்றம், கவலை, பசி என எல்லாம் ஒன்று சேர்ந்து விரட்ட விடுப்புக் கேட்கும் கூட்டத்துக்கு நடுவில் அழுதபடி இருந்தார்கள் அந்த மூன்று குழந்தைகளும்.

"என்னாவாம் மோனே, கொம்மாவை எப்ப விடுவாங்களாம்?" என்று திண்ணையில் படுத்திருந்த ஆச்சி இருமியபடியே கேட்டாள்.

"விடிய விதானையார் வாறன் எண்டு சொன்னவர் ஆச்சி...திரும்பவும் விடியக் காம்புக்கு போகவேணும்" என்று சொல்லியபடி தண்ணீரை எடுத்து மடக்கு மடக்கென்று குடித்தான் செல்வன். ரேணுவும் நதியும் விம்மியபடி செல்வனின் கையைப் இறுக்கப் பிடித்திருந்தார்கள்.

"கவலைப்படாத மோனே கொம்மா நாளைக்கு வந்திடுவா. உந்தச் சோத்துப் பானைக்குள்ள கறியைக் கொட்டி இஞ்ச தா... நான் குழைச்சுத் தாறேன். சாப்பிட்டிட்டு இதில எனக்கு கிட்டவா வந்து படுங்கோ"

திரும்பவும் இருமத் தொடங்கினாள் ஆச்சி.

காலையில் தாய் சமைத்து வைத்திருந்த சாப்பாட்டில் இருந்த மிச்சக் கறிகளை எல்லாம் சோத்துப் பானைக்குள் கொட்டி ஆச்சியின் முன் வைத்தான் செல்வன். இருந்த சோற்றைக் கறியுடன் நல்லாய்ப் பிசைந்து திரணையாக்கி மூவருக்கும் கொடுத்தாள்.

"ஆச்சி நீங்களும் சாப்பிடுங்கோ" என்று நதி சொன்னதும் சாப்பிடுவதுபோலப் பாவனை செய்து ஒரு சில சோற்றுப் பருக்கைகளை வாயில் போட்டாள் ஆச்சி.

நேரம் இரவு பதினொன்றைத் தாண்டியபோது பலாலி இராணுவ முகாமில் இருந்து இந்தியன் ஆமி ஆட்லறி செல் அடிக்கத் தொடங்கினான். ரேணுவும் நதியும் செல்வனை இறுக்கிக் கட்டிப் பிடித்துக்கொண்டு நடுங்கியபடி படுத்திருந்தனர்.

"அது ஆட்டிலறிச் செல்தான் அடிக்கிறான்... இஞ்ச விழாது பயப்பிடாம படுங்கோ" என்றபடி ஒரு தாயைப்போல தன் தங்கைமார் இருவரையும் அணைத்தபடி படுத்திருந்தான் செல்வன்.

ஒரு ஆட்டிலறிச் செல் பலாலியில் இருந்து அடிச்சால் எவ்வளவு நேரத்தில் விழுந்து வெடிக்கும் என்பதில் சில நேரக் கணக்கு வைத்திருந்தான் செல்வன். ஒரு ஆட்டிலறிச் செல் பலாலியில் அடித்தால் அடுத்த நாற்பது செக்கனுக்குள் குப்பிளானில் வந்து தலைக்கு மேலே ஒரு விதமான பைப்புக்குள் இருந்து வெடிப்பது போன்ற சத்தத்துடன் வெடித்து அடுத்த நாற்பது ஐம்பது செக்கனுக்குள் எங்கேயோ தூரத்தில் விழுந்து வெடிக்கும் என்பது அவன் கணக்கு. இன்னும் சில செல்கள் கடலுக்குள் விழுந்து வெடிக்காமலும் போகும். அடித்த செல்கள் எத்தனை? வெடித்த செல்கள் எத்தனை? கடலுக்குள் விழுந்த செல்கள் எத்தனை? என்பது தொடர்பாகப் பாடசாலையில் பல நாட்கள் அவனுக்கும் நண்பர்களுக்கும் நிறைய விவாதங்கள் நடப்பதும் உண்டு.

இரவு முழுவதும் செல் அடியின் தாலாட்டில் உறங்கிப் போனவர்கள், விடிந்ததும் விடியாததுமாக கிராம அலுவலரையும் கூட்டிக்கொண்டு இராணுவ முகாமுக்குச் சென்றபோது நேரம் காலை ஒன்பது மணியை நெருங்கிக்கொண்டிருந்தது.

பிள்ளைகள் மூவரும் பாடசாலைச் சீருடையில் வந்திருந்தார்கள். பிள்ளைகளைக் கண்டதும் புவனாவின் முகத்தில் அப்பிடி ஒரு சந்தோசம். இராணுவ அதிகாரி காட்டிய இடங்களில் எல்லாம் செல்வன் கையெழுத்திட்டான். கிட்டத்தட்ட பதினோரு மணியளவில் புவனா வெளியே வந்தபோது அவளால் சரியாக நடக்கக்கூட முடியவில்லை.

கிளினிக்கும் இல்லாமல் மருந்தும் இல்லாமல் ஏற்கனவே நோவில் தவித்த அவள், இரவு முழுவதும் ஒரே இடத்தில் குறுகிக்கொண்டு இருந்ததால் காயம்பட்ட அந்தக் கால் அவளுக்குப் பெரிய வலியைக் கொடுத்தது. கிராம அலுவலருக்கு நன்றி சொல்லிய பின் செல்வனின் கையைப் பிடித்தபடி நால்வரும் வீடு நோக்கி நடக்கத் தொடங்கினார்கள்.

6

ஒட்டுமொத்தத் தமிழினத்தின் நம்பிக்கையில் மண்ணை அள்ளிப்போட்டு வல்லரசு என்று தங்களைத் தாங்களே சொல்லிக்கொள்ளும் இந்திய இராணுவத்தின் அட்டூழியம் நாளுக்கு நாள் அதிகரித்தது. அமைதிப்படை அட்டூழியப் படை ஆனபோது புவனாவும் பிள்ளைகளும் வீட்டில் இருந்த நாள்களைவிட ஊரவர்களுடன் சேர்ந்து கோயிலில் இருந்த நாட்களே அதிகமாயின.

பசி பொறுக்க மாட்டாத பிள்ளைகள் பசித்து அழ, ஒரு துண்டுப் பண்ணுக்காகவும் ஒரு வேளை கஞ்சிக்காகவும் ஊரே தவமிருக்க வேண்டியதாயிற்று. ஊரில் எல்லாருடைய நிலைமையும் இதுவாகவே இருக்க இன்னொரு பக்கத்தில் இந்திய ராணுவம் நடாத்திய பாலியல் கொடுமை அதைவிடப் பயங்கரமாக இருந்தது.

இளம் பெண்களைக் கொண்ட குடும்பங்கள் அஞ்சி அஞ்சியே காலத்தைக் கடத்த வேண்டிய நிலைக்குத் தள்ளப்பட்டார்கள். இந்திய ராணுவத்தின் ஆயுதத் தாக்குதலைவிட பாலியற் பலாத்காரங்களும், இளைஞர்களைக் குறிவைத்துத் தாக்குவதுமே பெருமளவு அச்சத்தைத் தந்தன.

இதற்கிடையில் நடந்த கலையின் கோரச்சாவு புவனாவின் அச்சத்துக்கு வலுசேர்ப்பதாக அமைந்தது. தோட்ட வேலைக்குப் போன கலையை இந்திய இராணுவம் பற்றைக்குள் வைத்துப்

பாலியல் பலாத்காரம் செய்து, கொலை செய்து கிணற்றுக்குள் தூக்கிப் போட்ட சம்பவத்துக்குப் பிறகு புவனாவால் பிள்ளைகளை விட்டு ஒரு நிமிடம்கூட நகர முடியவில்லை.

"ஐயோ... ஐயோ... என்னை ஒன்றும் செய்யாதையுங்கோ!" என்று கடைசியாகக் கலை கத்திய சத்தம் தோட்டவெளி எங்கும் ஒலித்ததாக புவனாவுக்கு நெருங்கிய சிலர் சொன்னபோது இடிந்துபோய் உக்கார்ந்துவிட்டாள். மகளின் சாவுக்கு நீதி கேட்டுப் போன கலையின் தாயை நட்ட நடு வீதியில் ராணுவம் சுட்டுக் கொன்றது இன்னும் அச்சத்தை ஏற்படுத்தியது.

* * *

புதிய இடம், புதிய யுத்தக் களத்தில் வந்திறங்கிய இந்திய ராணுவம் ஈழத்தில் நிராயுதபாணிகள் மீது நடத்திய உடல், உள பாலியல் ரீதியான தாக்குதல்களைத் தவிர, தான் நடத்திய ஆயுதச் சண்டைகளில் ஏறக்குறைய எல்லாவற்றிலும் தோற்றுத் தொண்ணூறுகளில் வெளியேறியது.

இந்தியன் ஆமி நாட்டை விட்டு வெளியேறிய மூன்று மாதத்துக்குள்ளேயே ஆச்சியும் முட்டு வருத்தம் கூடிச் செத்துப்போய்விட ஆச்சி இல்லாத சோகம் புவனாவைவிடச் செல்வனையும் தங்கைகளையுமே அதிகம் பாதித்தது. ஆச்சி இல்லாததால் தாய் வேலைக்குச் செல்லும் நாட்களில் செல்வன் முழுவதுமாக குடும்பத்தைக் கட்டிக்காக்கத் தொடங்கியிருந்தான்.

பலாலியில் இருந்தும் கோட்டையிலும் இருந்தும் இலங்கை ஆமி பழையபடி செல்லடிக்கத் தொடங்கியிருந்தான். இயக்கத்துக்கும் ஆமிக்கும் சண்டை வலுக்கத் தொடங்கியபோது, கோட்டையை இயக்கம் அடிச்சுப் பிடிச்சது!

கோட்டை வீழ்ந்த பிறகு பலாலியில் இருந்து கடுமையான செல்லடி தொடங்கியது. யாழ் கோட்டையின் வீழ்ச்சி ஆமிக்கு பெரிய பின்னடைவைக் கொடுத்ததால் ஆமி தீவகத்தில் இருந்தும் பலாலியில் கடுமையான தாக்குதலுடன் முன்னேறத் தொடங்கினான்.

ஒருபக்கம் பலாலியில் இருந்தும், இன்னொரு பக்கம் மாவிட்டபுரம் பக்கம் இருந்தும் பெருமெடுப்புடன் ஆமி முன்னேறியபோது இனியும் குப்பிளானில் இருக்க முடியாது

என்று முடிவெடுத்துத் தென்மராட்சி நோக்கி இடம் பெயர்ந்தபோது புதிய மண், புதிய சூழல், புதிய நண்பர்கள் எல்லாமே செல்வனுக்குப் புதுமையாக இருந்தது.

மட்டுவில் அழகிய மணல் பரந்த பூமி. பார்க்கும் இடமெங்கும் கொய்யா மரக் காடுகள் அணிவகுத்து நின்றன. பெரும்பாலான வேலிகளுக்குப் பூவரச மரங்களும் முள்முருக்கையும் காவலாக இருந்தன.

உயர்ந்து வளர்ந்த இரண்டு நாவல் மரங்களுக்குக் கிட்டவாக கிடுகினால் அழகாக வேயப்பட்ட அவர்களின் சிறு குடிசை இருந்தது. சுற்றிவர ஓரடி உயரத்துக்கு மண் சுவரும் அதன் மேல் கிடுகினால் தட்டியும் அமைக்கப்பட்டிருந்தது.

குடிசையை இரண்டாகப் பிரித்துப் பின்புறத்தை அறையாகவும் முன்புறத்தை விறாந்தையாகவும் அதற்கு வெளியில் ஒரு பத்தி இறக்கி சாணியால் மெழுகப்பட்ட திண்ணையும் அமைத்திருந்தார்கள்.

சிறுநெல்லி மரத்துக்கும் அம்பலவி மாமரத்துக்கும் இடையில் கிடுக்கினால் வேயப்பட்ட இன்னொரு கொட்டில், அதுதான் அவர்களின் அடுப்படி. சுற்றிவரக் கருக்கு நீக்கப்படாத பனைமட்டைகளால் வரிந்து கட்டப்பட்ட பக்கத் தட்டியூடே அடுப்படியில் இருந்தபடியே வெளியில் என்ன நடந்தாலும் பார்க்கக் கூடியதாக இருந்தது.

வீட்டுக்கு வலப் புறமாகப் பக்கத் தட்டிகள் இல்லாத இன்னொரு கொட்டில். எந்தப் பக்கத்தாலும் உள்நுழையக் கூடியவாறு திறந்த பதுங்கு குழி ஒன்று அதற்குள் இருந்தது. சைக்கிள்கள், மண்வெட்டி, கோடரி, உரல், உலக்கைகள் வீட்டுக்குத் தேவையான சில பொருட்கள் என எல்லாம் இந்தக் கொட்டிலில் மிகவும் நேர்த்தியாக அடுக்கப்பட்டிருந்தன.

செல்வன் அதிகாலையில் எழும்பி, அணிலரித்த நுங்குகள் பொறுக்கி, ஆடுகளுக்கு அரிந்து வைப்பதை வழக்கமாகக் கொண்டிருந்தான்.

வெயில்காலத்தில் சொரிமணல் காற்றில் பறந்து மழைபோலக் கொட்டிக்கொண்டிருந்தன. பனம்பழங்கள் விழத் தொடங்கியதும் ஊரில் பலரும் பன்னாட்டு பிழியத் தொடங்கியபோது செல்வன்

தியா | 35

பன்னாட்டுத் தட்டுக்கென இரண்டாள் உயரத்துக்கு பரண் வரிந்து அதற்குத் தடியில் ஓர் ஏணி அமைத்தான்.

பெரிய குண்டான் சட்டிக்குள் பனம்பழக் கொட்டைகளை அமுக்கிக் கைகளால் கசக்கிப் பிழிந்து வடிகட்டி வட்டப் பானைக்குள் ஊற்றிக்கொண்டிருந்தாள் புவனா.

பானைக்குள் செம்மஞ்சள் நிறத்திலான களி முக்கால்வாசி நிரம்பி இருந்தது. குண்டான் சட்டிக்குள் முக்குளித்துத் துவட்டாத தலைகளுடன் பனங்கொட்டைகள் இன்னொரு பக்கம் குவிந்திருந்தன.

செல்வன் பள்ளிக்கூடம் போவதற்கு முன் பனங்களியை ஊற்றிவிட்டுச் செல்லும் அவசரத்தில் பரணில் ஏறிப் பனையோலைப் பாயை விரித்துக்கொண்டிருந்தான். சற்று நேரத்துக்குள் களிப் பானையுடன் புவனா வர ஏணியில் இருந்தபடியே அதை வாங்கி அப்படியே பாயில் ஊற்றிப் பரவியபின் இறங்கி வீடு நோக்கி ஓடினான்.

நதியும் ரேணுவும் வெள்ளை உடையில் பள்ளிக்கூடத்துக்குப் போக வெளிக்கிட்டு இருந்தனர். தாயை ஏற இறங்கப் பார்த்த நதி, "விடியவும் தொடங்கிட்டிங்கள் அம்மா" என்றாள்.

"என்ன செய்யிறதடா... வந்த இடத்தில ஏதாவது செய்தால்தானே சீவிக்க முடியும். உந்த நிவாரணத்த நம்பி எத்தின நாளைக்கு இருக்கிறது. உதறி விட்டிட்டு நீங்கள் வாங்கோ சாப்பிட."

அடுப்படி நோக்கிப் போன புவனா, புட்டுப்போட்டு வைத்திருந்த தட்டுடன் வெளியே வந்தாள்.

சற்று நேரத்துக்குள் பிள்ளைகள் மூவரும் சாப்பிட்டு முடித்துப் பள்ளிக்கூடம் நோக்கி நடக்கத் தொடங்கினர். புவனாவும் வீட்டு வேலையில் மூழ்கத் தொடங்கினாள்.

7

அந்தக் குறிச்சியிலையே அவர்கள் இருந்த தோட்டக் கிணத்திலைதான் நல்ல தண்ணீர் இருந்தது. ஊரிலை இருந்து பலரும் அவர்களின் தோட்டக் கிணற்றுக்கு நல்ல தண்ணீர் அள்ள வருவதால் தோட்டத்துக்கும் பனங்கூடலுக்கும் இடையாலை ஒரு குச்சொழுங்கை விட்டிருந்தார்கள்.

சைக்கிளில் வருபவர்கள் அந்தக் குச்சொழுங்கையால்தான் வருவார்கள். ஆனால் வீட்டுக்கும் தோட்டக் கிணத்துக்கும் இடையில் ஒரு நடைபாதை, செருப்பையும் ஊடறுத்து அனல் அள்ளும் மணல் நிறைந்த பாதை அது. வீட்டுக்கும் தோட்டத்துக்கும் இடையில ஒரு இருநூறு மீட்டர் இடைவெளியெண்டாலும் இருக்கும்.

மணல் மண்ணில் மத்தியான வெயிலில் நடப்பதே ஒரு ஜாலவித்தை. வந்த புதிதில் புவனாவுக்கு எல்லாமே புதியதாக இருந்தாலும் காலப்போக்கில் அதற்கும் அவள் பழகிவிட்டாள்.

பயிற்றை, வத்தாளை, வெள்ளரி, கத்தரி என்று மட்டுவில் மண்ணுக்கே உரிய பயிர்களைத் தேர்ந்தெடுத்துச் சிறிதாக ஒரு காய்கறித் தோட்டம் வைத்திருந்தார்கள்.

மாலை நான்கு மணியைத் தாண்டியிருந்தது. வெய்யிலின் உக்கிரம் தணிந்து சூரியன் மெள்ளமெள்ள தன் உஷ்ணத்தைக் குறைத்துக்கொண்டிருந்தான். ஆடுகாலின் இரு புறங்களிலும் கை பிடித்தபடி துலாவிலே முன்னும் பின்னும் நடந்து மிகவும் பழக்கப்பட்டவன்போல துலா மிதித்துக்கொண்டிருந்தான் செல்வன்.

துலாக்கொடியைப் பிடித்து மிகவும் லாகவமாகப் பனையோலைப் பட்டையால் வாரி அள்ளிய நீரைப் பீலியில் ஊற்றிக்கொண்டிருந்தாள் புவனா. நதியும் ரேணுவும் ஒவ்வொரு பாத்தியாகத் தண்ணீரைப் பாய்ச்சிக்கொண்டிருந்தனர்.

"அம்மா... சின்னையாம்மான் வாரார்" தூரத்தில் வரும் சின்னையாவை துலாவில் இருந்தபடியே கண்ட செல்வன் மகிழ்ச்சியில் கத்தினான். அவர்கள் மட்டுவிலுக்கு வந்த நாளில் இருந்து அவர்களுக்கு எல்லாவழியிலும் ஒத்தாசையாக இருப்பவர் சின்னையா அம்மான்தான். ஏதாவது சொட்டைத் தீம் பண்டம் இல்லாமல் அவர் வந்ததே இல்லை. அவர் வாறாரெண்டால் பிள்ளைகளுக்கு ஒரே கொண்டாட்டம்தான்.

புவனாவின் தூரத்து வழி உறவுதான் இந்தச் சின்னையா. ஒருவழியில் புவனாவுக்குச் சித்தப்பா முறை. ஆனால் எல்லாரும் கூப்பிடுவது போல அம்மான் என்றே கூப்பிட்டுப் பழகிவிட்டாள். சைக்கிளை நறுவிலி மரத்துடன் சாத்திவிட்டுத் தூரத்தில் பனங்கூடல்களுக்கு இடையில் ஒற்றையடிப் பாதையால் நடந்து வந்துகொண்டிருந்தார் சின்னையா அம்மான். துலாக்கொடியை வலித்தபடியே, "என்ன புதினம் அம்மான் கனநாளா ஆள இந்தப் பக்கம் காணேல்லை..." என்றாள் புவனா.

"ஒண்டுமில்லை... சும்மா அலுவலா இந்தப் பக்கம் வந்தனான், அதுதான் அரை மூட்டை நெல்லு குத்தி அரிசியாக்கி கொண்டு வந்தனான். அந்தத் திண்ணையில இறக்கி வைச்சிருக்கிறேன்."

ஒருநொடி துலா வலிப்பதை நிறுத்திவிட்டு, "ஐயோ அம்மான்... நீங்கள் இதுவரை செய்த உதவி காணும். நீங்களும் பாவம்தானே எதுக்கு எங்களோட சேந்து நீங்களும் கஸ்ரப் படுறியள்?" என்று சொல்லிக்கொண்டிருந்த புவனாவை மறித்து, "சும்மா கிட... அதுகள் இப்பதான் வளருற வயசு... நல்லா சாப்பிட வேணும்" என்றவர், "சரி நான் அவசரமாப் போக வேணும்... அந்த நெல்லியிலை ஒரு பை கொழுவியிருக்கிறேன். எடுத்து பிள்ளையளுக்கு பங்கிட்டுக் குடு" என்றபடி வந்த வழியே நடக்கத் தொடங்கினார்.

"இருங்கோ அம்மான் ஒரு வாய் தேத்தண்ணி குடிச்சிட்டுப் போங்கோ" என்றவள், பட்டையைக் கழட்டிக் கையில் பிடித்தபடி, "பிள்ளையள் வாங்கோ மிச்சத்தை நாளைக்கு இறைப்போம்" என்றாள்.

8

காற்றில் காவோலைகள் சரசரத்தபடி உராயும் சத்தம் பெரும் இரைச்சலாக இருந்தது. பேய்க்காற்று வேகமெடுத்துப் பெரும் சத்தத்துடன் வீசத் தொடங்கியது. அரிக்கன் விளக்கின் சிமிழியை மிகவும் கவனமாகத் துடைத்துக்கொண்டிருந்தாள் புவனா. ஆடுகளை கொட்டிலில் கட்டிவிட்டு அவற்றுக்கு குழை கட்டிக்கொண்டிருந்தான் செல்வன்.

சற்று நேரத்துக்குள் காற்றுடன் மழை பலமாகக் கொட்டத் தொடங்கியது. மட்டுவிலுக்கு வந்த பிறகு இப்பிடி ஒரு பேய் மழையை இன்றுதான் பார்க்கிறார்கள். காற்றில் அலைக்கழிக்கப்பட்ட பனை மரங்கள் மெத்தக் குடித்த குடிகாரன்போல அந்தரத்தில் தாளம் போட்டுக்கொண்டிருந்தன. காவோலைகள் காற்றின் வேகத்துக்கு ஈடுகொடுக்க முடியாமல் கழன்று அங்கொன்றும் இங்கொன்றுமாகக் காற்றில் பறந்து விழுந்தன.

எவ்வளவு நேரம்தான் ஆட்டுக் கொட்டிலுக்குள்ளேயே அடைபட்டிருக்க முடியும். பொறுமை இல்லாமல் ஆட்டுக் கொட்டிலில் இருந்து ஈரத் தலையுடன் ஓடி வந்தான் செல்வன்.

"ரேணு உந்தத் துணியை இஞ்ச தா... மண்டைக்குள்ள சளிக் கோத்திடும்" என்று சொல்லிக்கொண்டே, செல்வனின் தலையைப் பிடித்துத் துவட்டிவிட்டாள் புவனா.

நதியும் ரேணுவும் முகம் கால் கழுவிய பின் குப்பி விளக்கின் மங்கிய வெளிச்சத்தில் படிக்கத் தயாராகிக்கொண்டிருந்தார்கள். காற்றின் வேகம் தட்டியையும் தாண்டி ஒரு நொடிப்பொழுதில் குப்பி விளக்கை அணைத்தது. ஒருகையால் வெற்று உரப்பையைத்

தலைக்குப் பிடித்தபடி அடுப்படிக்கு ஓடிப்போன புவனா சிக்கன விளக்கை எடுத்துக்கொண்டு ஓடி வந்தாள்.

மண்ணெண்ணெய் விக்கிற விலைக்கு, இருந்த கொஞ்ச மண்ணெண்ணையை ஊற்றி அதனுள் பஞ்சு போட்டு நிரப்பப்பட்ட கண்ணாடி ஜாம் போத்தல் விளக்கே ஊரில் சிக்கன விளக்காக இருந்தது.

"அம்மா நில்லுங்கோ... கவனம் காலுக்குள்ள கொடுக்கன்" செல்வன் கத்தியதும் சட்டென்று நின்றாள் புவனா. வலது காலுக்குக் கிட்டவாக கருப்பு நிறத்தில் கொடுக்கை நிமிர்த்திக் கொண்டு நீண்டது.

"மழையெண்டால் இனி இந்தப் பாம்பு, பூரானின்ர தொல்லை தாங்கேலாது!" என்று சொல்லியபடி விளக்குமாத்தை எடுத்துச் சப்புச் சப்பென்று ரெண்டு அடி அடிச்சுத் தூரத் தூக்கிப் போட்டுவிட்டு, இருந்த ரெண்டு பச்சைக் கோடன் சாக்கை மடிச்சு வாசலுக்கு விரித்துவிட்டு உள்ளே வந்த புவனாவின் தலை இப்போது தொப்பையாக நனைந்திருந்தது.

"ம்... இந்தாங்கோ அம்மா தலையைத் துடையுங்கோ" என்று தாயின் பாவாடையை எடுத்து நீட்டினாள் நதி.

பாவாடையை வாங்கி தலையைத் துடைத்தவள், "ம்... உந்த அரிக்கன் விளக்கைக் கொளுத்திக்கொண்டே உள்ளுக்கை இருந்து படியுங்கோ... காத்து விடாதுபோல இருக்குது" என்று சொல்லிவிட்டுப் பெட்டி பின்னத் தொடங்கினாள்.

புவனாவுக்குப் பனையின் குருத்தோலைகளை பன்னச் சத்தகத்தில் வைத்துச் சீராக வார்ந்து பாய், பெட்டி, கடகம் என ஏது வேண்டுமானாலும் பின்னும் கெட்டித்தனம் ஆச்சியிடம் இருந்து தானாகவே வந்திருந்தது.

திணைப்பாய் முதற்கொண்டு எல்லா விதமான பாய்களும் பின்னுவதில் அவள் கெட்டிக்காரி. பனை மட்டையை தண்ணியில ஊற வைத்து நாரை உரித்து நார்க்கடகம் இழைப்பதிலையும் அவளுக்கு நிகர் அவளே.

"பசிக்குதம்மா" என்ற ரேணுவின் சிணுங்கலைக் கேட்டுத் திடுக்கிட்டவள், "இப்ப என்ன நேரம்" என்று சொல்லியவாறே வானொலிப் பெட்டியின் பொத்தானைத் திருகினாள். புலிகளின் குரல் செய்தி ஒலித்துக்கொண்டிருந்தது.

"ஐயோ, எட்டரை ஆச்சுது!"

பதறியடித்து எழும்பியவள்... ஜாம் போத்தல் விளக்கை எடுத்துக்கொண்டு அடுப்படிக்குப் போக வெளிக்கிட தானும் கம்பிகள் முறிந்து தொங்கிக்கொண்டிருந்த கறுப்புக்குடையை ஒருவாறாக விரித்துப் பிடித்தபடி தாயுடன் அடுப்படிக்குச் சென்றான் செல்வன். இருந்த கறி எல்லாத்தையும் வழித்துச் சோத்துப் பானைக்குள் போட்டுக்கொண்டு திண்ணையில் கொண்டுபோய் வைத்தாள் புவனா.

காற்று கொஞ்சம் குறைந்திருந்தது. மழையின் வேகமும் முன்னைவிடக் கொஞ்சம் தணிந்திருந்தது. வாழை இலையைத் துண்டுகளாகக் கிழித்து தங்கைகளுக்குக் கொடுத்தான் செல்வன். புவனா சோத்தை குழைத்துத் திரணையாக்கி பிள்ளைகளுக்குக் கொடுக்க, திண்ணையில் இருந்தபடி இரவின் நிலவு வெளிச்சத்தில் விழும் மழைத்துளிகளை ரசித்துக்கொண்டு எல்லாரும் சாப்பிடத் தொடங்கினார்கள்.

சாப்பிட்டு முடித்த பின் நாய்க்குச் சோறு போட்டு விட்டு ஏதும் பாம்பு பூச்சி இருக்கலாம் என்ற பயத்தில் அரிக்கன் விளக்கைப் பிடித்துச் சுற்றும் முற்றும் பார்த்தாள் புவனா. செல்வன் தங்கைகளுடன் சேர்ந்து பாயை விரித்துக்கொண்டிருந்தான். மழையின் குளிருக்கு படுத்த உடனேயே மூவரும் நித்திரையாகிப் போனார்கள். புவனா வீட்டுத் திண்ணையில் நாய்க்கு ஒரு சாக்கைப் போட்டு விட்டுத் தானும் நித்திரைக்குச் சென்றாள்.

* * *

அன்று இரவு, காத்தோட பெய்த மழையில் வீட்டுக்குப் பின்பக்கம் நின்ற முட்கிளுவை மரம் முறிந்து விழுந்திருந்தது. தோட்டமெல்லாம் வெள்ளம் நிரம்பி ஆங்காங்கே சிறுசிறு குளங்கள்போல மாறியிருந்தது.

வீட்டு முற்றத்தில் இருந்த சருகுகளையும் உதிர்ந்து விழுந்த இலைகளையும் கூட்டி அள்ளிக்கொண்டிருந்தாள் புவனா. இன்னொரு பக்கம் நதியும் மணலில் கோடுகள் விழும்படி மிகவும் அழகாக ஒழுங்கையில் இருந்து முற்றம் வரை கூட்டிக் கொண்டிருந்தாள்.

ஆடுகளை கழற்றிக் கொண்டுபோய் முறிந்து விழுந்த கிளுவையில் கட்டிவிட்டு வந்த செல்வன் போன மாசம் பனம்பாத்தி போட்டு மிச்சமாயிருந்த பனங்கொட்டைகளை ஒன்றன் மேல் ஒன்றாக அடுக்கி இன்னொரு பனம்பாத்தி போட்டுக் கொண்டிருந்தான்.

9

பங்குனி மாதம் என்பதால் காலையில் இருந்து இரவு வரை பன்றித் தலைச்சி அம்மன் கோயில் திருவிழாவுக்கு போய் வாற ஆக்களால் குச்சொழுங்கை தொடக்கம் பெரிய ரோட்டுவரை நிரம்பி வழிந்துகொண்டிருந்தது. வீதிக்கு வீதி எங்கு பார்த்தாலும் தண்ணீர் பந்தல் நிறைந்திருந்தது. சிறுவர்கள் முதல் பெரியவர்கள் என வீட்டு வாசல்களில் கச்சான், கற்பூரம் விற்றுக்கொண்டிருந்தார்கள். நடந்து போகும் பக்தர்களின் குளிர்மையாகத் தண்ணீர் தெளித்து வீதியெல்லாம் குளிர்மையாக வைத்திருந்தார்கள்.

மூன்றாம் திங்களுக்கு விடியக் காலையிலேயே எழும்பி முழுகிக் கோயிலுக்கு வந்துவிட்டார்கள். தெற்கு வீதியிலே கேணிக்கு அருகில் உள்ள மருத மரத்துக்குக் கிட்டவாக நெருப்பை மூட்டிக் கத்தரிக்காய் வெள்ளைக்கறியும் இன்னொரு அடுப்பில் வெண்பொங்கலும் செய்துகொண்டிருந்தாள் புவனா. தென்னம்பாளையை உள்ளே தள்ளிப் பொங்கல்பானைக்கு நெருப்பை உசுப்பேத்திக் கொண்டிருந்தான் செல்வன். நதி தேங்காய் துருவிக்கொண்டிருந்தாள்.

பத்து மணிக்கு மேலெல்லாம் சனக்கூட்டம் நிரம்பி வழியத் தொடங்கியது. எங்கு பார்த்தாலும் சனத் திரள். கத்தரிக்காய் விற்பவர்கள் இன்னொரு பக்கத்தில் சந்தை போட்டிருந்தார்கள். மட்டுவில் முட்டிக் கத்தரிக்காய் என்றால் அவ்வளவு மவுசு. அதுவும் பங்குனித் திங்களுக்கு செய்யும் வெண் பொங்கலும் மட்டுவில் முட்டி கத்தரிக்காய் பால் கறியும் தனி ருசி.

ஐஸ்கிரீம் வண்டிகள் தனியாக ஒரு பகுதியை ஆக்கிரமித்திருந்தன. இன்னொரு பக்கத்தில் கடைகள்

நிறைந்திருந்தன. எந்தப் பக்கம் திரும்பினாலும் பக்திப் பாடல்கள் ஒலித்துக்கொண்டிருந்தன.

டிரக்ரர் பெட்டியில் பனை வளைகளைக் கட்டித் தாளத்துக்கு ஏற்ப ஆட்டியபடி மேலே ஒருவர் நின்று முன்னும் பின்னுமாக இழுத்துக்கொண்டிருந்தார். கைகளைக் கூப்பியபடி அலகு குத்தப்பட்ட நிலையிலும் பக்திப் பரவசம் மேலிட, "பன்றித் தலைச்சி அம்மனுக்கு அரோகரா" என்றபடி பூக்களை கைளில் அள்ளி டிரக்ரர் போகும் பாதையெல்லாம் விதைத்துக் கொண்டிருந்தார் தூக்குக் காவடியில் ஆடியபடி தனது நேர்த்திக் கடனைச் செலுத்திக் கொண்டிருந்தார் பக்தர் ஒருவர்.

இன்னொரு பக்கம் பறை முழங்க செதில் காவடிகளும் பால் காவடிகளும் கற்பூரச் சட்டிகளும் என்று நான்கு பக்க வீதியும் திருவிழாக் கோலம் கொண்டு நின்றது. வெண்பொங்கலையும் கத்தரிக்காய் பால் கறியையும் தூக்கிக்கொண்டுபோய் கோயிலுக்கு முன்னே போடப்பட்டிருந்த மேசையில் மடை பரப்பினாள் புவனா.

பக்தர்கள் பலர் நீண்ட வரிசையில் மடை பரவித் தங்கள் நேர்த்திக் கடனைச் செலுத்தத் தொடங்கினார்கள்.

செல்வன் தீத்தக் கிணற்றில் எடுத்த நீரைக் கொண்டுபோய்ச் சுற்றித் தெளித்து, "கடவுளே, அம்மாளாச்சி... ஓ.எல்.இல நல்ல ரிசல்ட் வரவேணும்" என்று மனதுக்குள் நினைத்தபடி வழிபட, பூசகரும் தீத்தத்தைத் தெளித்து எல்லாருடைய பிரசாதத்தையும் கடவுளுக்கு ஒப்புக் கொடுத்தார்.

பூசை முடிந்ததும் கூடியிருந்தவர்களுக்குப் பிரசாதம் முழுவதையும் பங்கிட்டுக் கொடுத்துவிட்டுத் தாங்கள் சாப்பிடுவதற்காகக் கொஞ்சப் பிரசாதத்தை எடுத்துக் கொண்டுபோய் தாயுடனும் தங்கைமாருடனும் ஒரு மரத்தடியில் போய் இருந்தான் செல்வன்.

சாப்பிட்டு முடிந்ததும் தங்கைகள் இருவரும் தங்களுக்குப் பிடித்த வளையல்களை வாங்கி அணிந்துகொண்டனர். செல்வன் வளையல்களுக்குக் காசைக் கொடுத்துவிட்டு, ஐஸ்கிரீம் வான் நோக்கிப் போனான். சற்று நேரத்துக்குள் தங்கைகள் இருவருக்கும் ஐஸ் சொக்கும், தாய்க்கும் தனக்கும் கோன் ஐஸ்கிரீமும் வாங்கி வந்தான். பிள்ளைகளின் சந்தோசத்தை பார்த்து மகிழ்ந்தபடி புவனாவும் ஐஸ்கிரீமைக் குடித்தாள்.

10

சக்தியை நோக்க சரவணபவனார்
திஷ்டருக்குதவும் செங்கதிர் வேலோன்
பாதமிரண்டில் பன்மணிச் சதங்கை
கீதம் பாடக் கிங்கினியாட...

பக்திமயமாக கந்தசஷ்டிக் கவசம் ஒலித்துக்கொண்டிருந்தது. "திக்கற்றோருக்கு தெய்வமே துணை... முருகா எங்களின்ரை கஷ்ரமெல்லாம் சூரியனைக் கண்ட பனியாய் விலகிப் போக வேணுமப்பா கடவுளே உன்னை விட்டால் எங்களுக்கு ஆரப்பா துணை?"

செண்பகம் தன்னுடைய குடும்பக் குறைகளை வேறு யாரிடம் தான் சொல்வாள். அல்லது யார்தான் இத்தனை பொறுமையுடன் அதனைக் கேட்பார்கள்.

இடையிடையே மணியம் விதானையார் மைக்கைப் பிடித்துப் பரிசோதித்துக் கொண்டிருந்தார். பூசாரி ஆறுமுகம் பூசைக்கான ஏற்பாடுகளைச் செய்துகொண்டிருந்தார்.மஞ்சள்சால்வை கட்டிய சில தொண்டர்கள் அங்குமிங்கும் அவசரமாக எதையோ தேடிக்கொண்டிருந்தனர்.

செண்பகமோ, 'எப்ப திரை விலகும் எப்ப முருகனருள் கிடைக்கும்' என விழிகள் அகலத் திறந்து முருகன் சந்நிதியையே பார்த்துக்கொண்டிருந்தாள்.

அந்த ஊரின் ஒரேயொரு சைவக் கோயில் அந்தச் சிறிய முருகன் கோயில்தான். குளக்கட்டுப் பிள்ளையாரும் முருகனும் தான் அவளுடைய நீதிமன்றங்கள்.

1990களின் முற்பகுதியில் யாழ்ப்பாணத்திலை இருந்து முருகன் வேல் கொண்டுவந்து பிரதிஷ்டை செய்தபோது முன்னின்று உழைத்தவர்களில் செண்பகத்தின் கணவன் அம்பிகைபாலனுக்கும் பெரும் பங்குண்டு.

முருகன் கோயில் அமைந்துள்ள இரண்டேக்கர் காணியில் அரை ஏக்கருக்குச் சொந்தக்காரனும் இவன்தான். தன்னுடைய விடா முயற்சியாலும் உடல் வலிமையாலும் நிலத்தைப் புரட்டி எடுத்துத் தொழில் செய்யும் விவசாயிகளில் அம்பிகைபாலனும் ஒருவன்.

முறுக்கேறிய உடல் திரண்டு பருத்த கைகள் மண்ணிறத்திலான கேசம் என ஐம்பது வயதாகிவிட்டது என்ற அடையாளமே இன்றி அவனது தோற்றம் அமைந்திருந்தது.

வேலியோரம் இருந்த புல் பூண்டுகளைச் செதுக்கிக் கோயிலின் சூழலைத் துப்புரவாக வைத்திருப்பதில் கண்ணுங் கருத்துமாய் இருந்த அவனுடன் சில இளவட்டங்களும் கூடித் துப்புரவுப் பணியில் ஈடுபட்டிருந்தனர்.

இடையிடையே தன் கணவனின் பார்வைப் பரிமாற்றத்தை ருசித்த வண்ணம் கந்தன் அருளுக்காக ஏங்கிக் கிடந்தாள் செண்பகம்.

"மச்சாள், உன்னைக் கண்டு பிடிக்கவே முடியல்லை... அந்தப் பக்கம் சமையல் வேலை நடக்குது மரக்கறி வெட்ட ஆளில்லையக்கா வாறியே" என்று அவளின் அண்ணி கோமளம் வந்து கேட்டதுதான் அவளுக்குப் பிடிக்கவில்லை.

இது அவளுக்கு ஒரு பக்கம் எரிச்சலைக் கொடுத்தாலும் இன்னொரு பக்கத்தில், 'முருகன் சன்னிதிதானே நாங்கள் என்ன உவையளுக்கே பணிவிடை செய்யிறம்... முருகனுக்குதானே' என்று மனதுக்குள் நினைத்தவளாக எதுவும் பேசாமல் 'உம்' என்றவள், மடப்பள்ளி நோக்கி எழுந்து நடக்கத் தொடங்கினாள்.

அப்போது வேலியோரம் அம்பிகைபாலன் யாரோ கொடுத்த தண்ணீரை ஒரு மூச்சு பிடித்துக்கொண்டிருந்தான்.

சமையல் வேலையில் எல்லாரும் முழுமூச்சுடன் ஈடுபட்டிருந்தனர். செண்பகம் தன்பாட்டில் மரக்கறிகளை நறுக்கிக்கொண்டிருந்தாள். தானுண்டு தன் வேலையுண்டு என்று இருந்தவளருகில் வந்து அமர்ந்தாள் செல்லம்மா கிழவி.

வரிசத்திலை ஒருமுறை வாற பெரிய விழாக்களில் இதுவும் ஒன்று என்பதனால் ஊரிலுள்ள எல்லாரும் சேர்ந்து கொண்டாடுவதுதான் வழமை.

"என்ன பெத்தா எப்பிடியணை இருக்கிறியள்" என்று செண்பகம்தான் முதலில் பேச்சுக் கொடுத்தாள்.

"ஏதோ ஆண்டவன் புண்ணியத்தில இருக்கிறம் மோனே"

இன்னும் அருகில் வந்தாள் கிழவி. ஊரிலை உள்ள பழைய கால மனிசர்களில் கிழவியும் ஒருத்தி. 'பெத்தா' என்றால்தான் ஊரிலை எல்லாருக்கும் தெரியும்.

மனிசி பதினொன்று பெத்ததாலயோ என்னவோ பெத்தா என்ற பெயர் நிலைச்சு விட்டது. காசி பெரிய வேட்டைக்காரன், காசிக்குஞ்சியின் மனிசி என்றால் ஊரிலை ஒரு தனி மரியாதை.

"என்ன மோனே உன்ர பொட்டை எப்பிடி இருக்கிறாள் மோனே? வெளியிலை வாறதையே காணல்ல..."

வெறுவாயை மென்றவளுக்கு அவல் கிடைத்ததுபோல பெத்தாவுக்கு ஏதோ ஒரு உண்மை தெரிந்துவிட்டது என்பது மட்டும் விளங்கியது, அவளுக்கு.

அவள் பெத்தா தானுண்டு தன்ர வேலையுண்டு என்று வீட்டுக்கையும் தோட்டத்துக்கையுமாய் அடங்கிக் கிடக்கிறாளணை... உனக்குத் தெரியும் தானேணை. இப்பதான் பள்ளிக்கூடம் எல்லாம் முடிச்சிட்டு ஓமந்தையில இருந்து வந்தவள். பாவம் பிள்ளை உயர்தரப் படிப்புத் தொடங்கின நாளிலை இருந்து ஓய்வில்லை. அதுதான் கொஞ்சநாளுக்கு வீட்டில இருக்கட்டுமே எண்டு விட்டுட்டோம்.

"அது சரி மோனே, உதுகள் உங்கடை இனசனம் இருக்க... பெட்டைக்கு மாப்பிளை எடுக்கேலாமல் போட்டுதே உங்களாலை... அதுவும் மூத்தவள் இருக்க இளையவளுக்கு அதுக்குள்ளை என்ன மோனே அவசரம் வந்து வெளியிலை பிடிச்சு அனுப்பப் போறியலாம். ஏதோ நடக்கட்டும், நெருப்பில்லாமல் புகையுமோ..?" என்றாள் மிகவும் தாழ்ந்த குரலில்.

"இதெல்லாம் ஆரணை உனக்கு சொன்னது?" என்று சற்று இறுகிய குரலில் செண்பகம் கேட்டாள்.

"உதுக்கே மோனே ஊரிலை ஆக்களில்லை... உன்ர கொண்ணன் பொஞ்சாதிதான் சொன்னவள்." பெரிய சக்கரைப் பூசணிக்காயை உருட்டிச் சீவியபடி கிழவி சொல்லிக்கொண்டிருந்தாள்.

செண்பகம் குரலில் ஒருவகையான நிராசையுடன், "வேற ஒண்டும் சொல்லயேணை?" என்றாள்.

"இல்ல மோனே... ஏன்?"

'ஒன்றுமில்லை' என்பது போல் தலையசைத்துவிட்டு, "நான்... நான் போக வேணுமணை பூசை தொடங்கப் போகுது போலக் கிடக்கு!" என்று சொல்லி மெதுவாக எழுந்தாள். கொடிக்கம்பம் நோக்கிப் போனாள் செண்பகம்.

11

சந்தையில் இருந்து செல்வன் வாங்கிவந்த மீனை நோண்டி வெட்டி உப்புத் தூள் பிரட்டி வைத்து விட்டுக் கொதித்துக்கொண்டிருந்த உலையில் அரிசியைக் கிளைத்து போட்ட புவனா கங்கு மட்டையை உள்ளே தள்ளி நெருப்புபின் வேகத்தைக் கொஞ்சம் கூட்டிய பின் மீனை மண் சட்டியில் போட்டு மற்ற அடுப்பில் வைத்து நெருப்பை மூட்டி மசாலாவை சிறிய மர உரலில் இடித்துப் போட்டு புளியைக் கரைத்துக் கொஞ்சம் தூக்கலாக விட்டாள்.

சாதாரண தரம் படித்த காலத்தில் ஊரில் உள்ள சந்தைக்குப் போக முடியாதவர்களிடம் தேங்காய்களைச் சேகரித்து காலையில் சாவகச்சேரிச் சந்தைக்கு கொண்டு போய்க் கொடுத்துவிட்டுப் பள்ளிக்கூடம் போவதை வழக்கமாகக் கொண்டிருந்தான் செல்வன்.

மாலையில் அவர்களிடம் முழுப் பணத்தையும் பற்றுச் சீட்டுடன் கொடுத்து அவர்கள் கொடுக்கும் பணத்தைப் பெற்றுக்கொண்டு தன்னாலும் கொஞ்சம் வியாபாரம் செய்ய முடியும் என்று சொல்லித் தன்னுடைய வியாபார நடவடிக்கைக்கு ஒரு தொடக்கப் புள்ளியை வைத்திருந்தான்.

சாதாரண தரப் பரீட்சை எழுதிய பிறகு அவன் ஒரு முழு வியாபாரியாகவே மாறியிருந்தான். ஆனால் சாதாரண தரப் பரீட்சை முடிவு வந்தபோது செல்வனுக்கு ஓரளவுக்கு நல்ல பெறுபேறு கிடைத்திருந்தது. கஸ்ரத்துக்கு மத்தியிலும் நல்ல பெறுபேறைப் பெற்ற மகனை நினைத்து மிகவும் பெருமைப்பட்டாள் புவனா.

“அம்மா நான் படிச்சது காணும்... இனி தங்கச்சிமாரைப் படிக்க வைக்க நான் பள்ளிக்கூடத்தால நிண்டு யாவாரம் செய்யப்போறேன்...”

செல்வன் சொன்ன போது துடிச்சுப் பதைச்சு,

“இல்லை இல்லை... நீ படிக்கப் போ... இவ்வளவு நாளும் எப்பிடிப் போச்சுதோ அப்பிடியே போகட்டும்...” என்றாள்.

இன்னொரு பக்கம்...

“இந்த நாலஞ்சு மாசமும் அவன்ர உழைப்பில ஏதோ கஸ்ரம்

இல்லாமல் சீவியம் ஓடியனது... பொம்பிளைப் பிள்ளையளும் வளந்திட்டுதுகள்... இனி என்ன செய்யப் போறேனோ" என, கையறு நிலையில் வெளியில் சொல்ல முடியாமல் புழுங்கித் தவித்தாள்.

"அண்ணா பாஸ் பண்ணிட்டான்... அண்ணா பாஸ் பண்ணிட்டான்...!"

மகிழ்ச்சியில் கத்தியபடி இருந்தாள் ரேணு. நதிக்கு அடுத்தது தானும் நல்ல ரிசல்ட் எடுக்க வேணும் என்ற பயம் வேற வந்து விட்டது.

"என்னடி அதுக்குள்ள முழுகிட்டியே?"

முழுகிவிட்டு ஈரத் தலையுடன் தண்ணீர் குடத்தை நாரியில் வைத்துக்கொண்டுவந்த நதியைப் பார்த்து தாய் கேட்டதும்,

"ஓம் அம்மா... அண்ணா மீன்கறியைத் தனியத் தீண்டிடுவான் அதுதான் ஓடி வந்திட்டேன்" என்று தமையனைப் பார்த்தபடி நக்கலாகச் சொன்னாள்.

பதிலுக்கு, "ஓம் அக்கா... நீ சொல்லுறது சரிதான்" என்று ரேணு வீட்டுக்குள் இருந்து தலையை நீட்டியபடி கத்தினாள்.

"குண்டுப் பூசணிக்காய்... நீ சத்தம் போடாதை" என்று சொல்லிக்கொண்டே ரேணுவைத் துரத்தத் தொடங்கினான் செல்வன்.

பிள்ளைகளின் குதூகலத்தில் மெய் மறந்திருந்தாள் புவனா.

"இஞ்சை வா நதி... உந்தத் தலையைப் பார்... ஒரே ஈரம்."

நல்லாய் ஈரம் போகும்படி தலையத் துவட்டிவிட்டாள். பாவாடையை அவளிடம் கொடுத்தாள்,

"இதைக் கொண்டுபோய் வெளிலை காயப் போடு."

கொடுத்துவிட்டு அடுப்படிக்குள் போனாள்.

"சாப்பிட வாங்கோ..."

தாயின் குரல் கேட்டதுதான் தாமதம், மூவரும் அடுப்படிக்குள் வந்து சேர்ந்தனர்.

மகிழ்ச்சியாக மணக்க மணக்க மீன் குழம்புடன் ஒன்றாக இருந்து சாப்பிடத் தொடங்கியபோது நேரம் ஒரு மணியைத் தாண்டியிருந்தது.

12

காற்றில் மிதக்கவிட்ட இலவம் பஞ்சாகி மெல்லிய மேகங்கள் வானில் மிதந்துகொண்டிருந்தன. அன்று பழுத்த கொவ்வைப் பழம் போல வெட்கத்தால் ஓடிச் சிவந்தன சுரபியின் கன்னங்கள்.

“பெரிய சொற்பொழிவு ஆற்றிவிட்டாயத்தான் வீட்டை போய் உனக்குத் தேத்தண்ணி வைச்சுக் கொண்டு வரட்டோ அல்லது கள்ளு கிள்ளு ஏதேனும்..?”

“விளையாட்டில்லை சுரபி... எல்லாம் மெய்!”

“ம்... ஆனால் எது உண்மை, எது பொய் எண்டு ஒரு தெளிவில்லாமல் என்ர மனம் குழம்புதே!”

“இதிலை குழம்பிறத்துக்கு என்ன இருக்கு... எனக்கெண்டால் ஒண்டும் தெரியேல்லை.”

“அதுசரி அவையின்ரை பிரச்னையை அவையளே தீர்க்கலாம்தானே? அதுக்கேன் உன்னை கூப்பிட்டவை? நீயென்ன சமாதான நீதவானோ?”

“நீயென்ன ஒண்டும் தெரியாமல் பேய்க்கதை கதைக்கிறாய். பரணரூபன் வீட்டிலை ஒண்டென்றால் அது என்ரை வீட்டை நடந்தமாரித்தான். அவனார் என்ர நண்பனெல்லே. அதைவிட நிலாவும் என்னோடை நல்லமாரித்தானே...”

“நல்லமாரி எண்டால்..?”

“...............”

"நல்லமாரி எண்டால், எப்பிடி எண்டு கேட்டனான்?"

"நல்லமாரி எண்டால் நல்லமாரித்தான்..." என்று சீலன் புன்முறுவலுடன் கூறிவிட்டுப் பார்த்துக்கொண்டிருக்க,

"உந்தக் கூத்து எப்பதொடக்கம் நடக்குது. ஒருக்கால் நான் அத்தையிட்ட வரவேணும் போலதான் கிடக்கு."

"ஓம்... சுரபி சொல்ல மறந்துட்டன். அம்மாவும் உன்னை பாக்க வேணும் எண்டு சொன்னவா முடிஞ்சா ஒருக்கா அந்தப் பக்கம் வாவன்" ஏளனமாகச் சீலன் சொல்லிக் கொண்டிருக்க, "பாத்தியே அத்தான் கதையோடை கதையாய் நடந்த தூரங்கூடத் தெரியேல்ல'' என்றாள் சுரபி குளக்கட்டில் ஒய்யாரமாய் நடந்தபடியே.

கோடைகாலமென்பதால் குளத்தில் அவ்வளவாகத் தண்ணீர் இல்லையென்றாலும், சிறுபோக விதைப்புக்கு ஏற்றாப்போல அரைக்குளம் தண்ணீருக்கு மேல் நிறைந்து, கரையில் வந்து முட்டி மோதித் தாளம் போட்டுக்கொண்டிருந்தது.

மருதமரங்கள் குளக்கட்டின் ஓரத்தில் எல்லைக் காவலர்களாக ஓங்கி வளர்ந்து நிழல் பரப்பிக்கொண்டிருந்தன. அவற்றின் வேர்கள் குளக்கட்டை போர்த்து உட்புகுந்து பாதுகாப்பு வலையமைத்துக் குளத்தைக் காவல் செய்தன.

வழுவழுப்பான மருதமரத்தின் ஒரு பக்க வேரிலே ஆசுவாசமாகச் சார்ந்தபடி இருந்த சுரபி, குளத்தை பார்த்து அதன் அழகில் புலனை செலுத்தத் தொடங்கினாள்.

''குளத்தை பாத்தியே அத்தான் எவ்வளவு வடிவாய் இருக்கெண்டு!"

தாமரைப் பூக்களால் அலங்கரிக்கப்பட்ட பஞ்சணைபோல புதுக்கோலம் பூண்டு கண்ணுக்கு களிப்பூட்டிக் கொண்டிருந்தது குளம். இடையிடையே அல்லிகள் எட்டிப்பார்த்து கொட்டாவி விட்டுக்கொண்டன.

பாவம் அல்லிகள் கொட்டாவி விட்டே காலத்தைக் கடத்துகின்றன போலும். சூரியகாந்தி சூரியனின் திசையெல்லாம் திரும்பி நாள் முழுக்க தவமிருந்து காதல் செய்ய அல்லிகளோ கள்ளத்தனமாக சூரியனுடன் உறவாடவல்லவா முனைகின்றன.

"ஆ... தாமரைப்பூ! எவ்வளவு வடிவாயிருக்குது!" என்று வாயைப் பிளந்தாள் சுரபி.

அவன் என்ன நினைத்தானோ தெரியாது அவள் சொன்ன உடனே சாரத்தை மடித்துக் கட்டிக்கொண்டு குளத்தில் இறங்கி கைநிறையத் தாமரைப் பூக்களைப் பிடுங்கி வந்து அவளிடம் கொடுத்தான். அவள் மெய்மறந்து தாமரைப் பூவின் அழகை ரசித்துக்கொண்டிருந்தாள்.

கொத்துக் கொத்தாகத் தாமரைப்பூவை கையில் வைத்து குழந்தைபோல சுரபி விளையாடுவதை பார்த்து மனம் லயித்திருந்தான் சீலன்.

நீல நிற வானத்தையே உள்வாங்கி போர்வையாகப் போர்த்திக்கொண்டு மலேரியா காய்ச்சல் வந்து கிடப்பவர் போல் அலைக்கரங்கள் உதறலெடுக்க நடுங்கிக்கொண்டிருந்தது குளத்து நீர்.

நீண்ட காலமாக குளத்துக்குள் தவமிருக்கும் கருமைநிறமான பட்ட மரங்களில் கொக்குகளும், நாரைகளும், மீன்கொத்திப் பறவைகளும் இருப்பிடங்களை அமைத்திருந்தன.

பின்வரிசையில் காலாற்படைகளாய்த் தொலைவில் கரையோரமெல்லாம் அணிவகுத்து நின்ற விளாத்தி மரங்கள், ஒரு அரணாக நின்று கடும் மழைக்காலத்தில் குளத்துக்குப் பாய்ந்து வரும் தண்ணீரின் வேகத்தைக் கட்டுப்படுத்திக் கொண்டிருந்தன.

திடீரென, மீன்கொத்திப் பறவைகள் குளத்தில் விழுவதும் எழும்புவதுமான ஆரவாரித்துக்கொண்டிருக்க, நீர்க்காக்கைகள் தங்களின் கரிய உடலை ஊறப்போட்டு நீரில் மூழ்குவதும் மேலே வருவதுமாக வித்தை காட்டிக்கொண்டிருந்தன.

பெரிய சிறகுகளை உடைய ஆலாப்பறவைகள் தங்களின் நீண்ட பனங்கிழங்கு போன்ற அலகுகளினால் மீன்களைக் கொத்திப் பந்தாடிக்கொண்டிருந்தன.

"சுரபி... இந்த இடத்திலதான் போன கிழமை நான் ஒரு பெரிய கரடியைக் கண்டனான்."

"என்ன கரடியோ... ஐயோ!"

"ஓம்... முகமெல்லாம் சடை மூடியபடி கரடிப்புள்ள வந்து கொண்டிருந்தார். நானும் என்ன நடக்குதெண்டு

பாத்துக்கொண்டிருந்தன். அந்த மரத்தடில வந்ததும் நிமிந்து எழும்பி ரண்டு கால்ல நிண்டுதுபார். எனக்கு வேர்த்துக் கொட்டத் தொடங்கிட்டுது"

"பிறகு..?"

சுரபியின் கண்களில் ஒருவித பயம் தெரிந்தது கால்கள் உதறத் தொடங்கின.

"..............................."

"பிறகென்ன நடந்ததெண்டு சொல்லெனத்தான்?"

"பிறகென்ன பிறகு, என்னைக் கண்டதும் கரடிக்கு பயம் வந்திட்டுது... அது ஒரே ஓட்டமாய் ஓடிட்டுது."

"ஓமத்தான்.. அது ஏதோ புது மிருகமெண்டு நினைச்சு பயந்து ஓடியிருக்குமோ தெரியாது" என்றாள் கிண்டலாக.

மாலைச் சூரியன் மருதமரத்தடியில் ஒழித்துக்கொள்ளத் தயாராகிக்கொண்டிருந்தது. இருவரும் நேரம் போனதுகூடத் தெரியாமல் நீண்ட நேரமாக உரையாடிக் கொண்டிருந்தனர்.

"அத்தான் நேரம் போகுது நான் வீட்டை போகப் போறன்"

எழுந்து நடந்தாள் சுரபி. அதை ஆமோதிப்பது போலத் தலையசைத்த சீலன், தூரத்தில் கையை காட்டி, "அங்கை பாரன் ஒரு மான்கிளையை" என்றான்.

"ஆ... என்ன வடியாயிருக்கு படத்திலை வாறது போல... ஆகா!" என்று அதன் அழகில் லயித்தாள் சுரபி.

"நீ பின்னேரத்தில இந்தப் பக்கம் வந்தாலெல்லோ. இதெல்லாம் நெடுக நடக்கிறதுதான்."

"உனக்குத்தான் புதிசு... சும்மா வாயைப் பிளக்காதை... வலையன்கட்டு பாலம்போல கிடக்கு."

"சும்மா போ அத்தான், உனக்கு எல்லாத்துக்கும் ஒரு நக்கல்தான்... நவ்வி எண்டாலே மான்தான். நவ்வி எண்டால் மான் எண்டு ஒரு பொருள் இருக்கெண்டு உனக்குத் தெரியுமேயத்தான் ராமாயணத்திலையும் கலிங்கத்துப் பரணியிலயும் நவ்வியெண்டதுக்கு மான் எண்டுதான் பொருள் சொல்லியிருக்கினம் நான் படிச்சனான்."

சுரபி சொல்லச்சொல்ல அவனுடைய முகத்தில் ஒருவித விகாரப் புன்னகை தோன்றி நொடிப் பொழுதில் மறைந்தது.

13

போரும் வாழ்க்கையும் என அவர்கள் வாழ்க்கை நகர்ந்துகொண்டிருந்தது. உயர்தரப் படிப்பு ஒரு பக்கம், விவசாயமும் வியாபாரமும் இன்னொரு பக்கம் என்று செல்வன்தான் தன் குடும்பப் பாரம் முழுவதையும் தூக்கிச் சுமக்கத் தொடங்கியிருந்தான்.

குடும்பச் சுமைக்கு மத்தியில் படித்ததாலோ என்னவோ உயர்தர பரிட்சையில் அவனால் பிரகாசிக்க முடியவில்லை. ஆனாலும் நதிக்குச் சாதாரண தரப் பரீட்சையில் நல்ல பெறுபேறு கிடைப்பதற்குத் தன்னாலான எல்லாவற்றையும் ஒரு அண்ணனாக முன்னின்று செய்தான்.

வழமை போலவே காலையில் சந்தைக்குப் போன செல்வன் சந்தையில் இருந்து வீட்டுக்குத் திரும்பிக்கொண்டிருந்தான். இன்னொரு பக்கம் மட்டுவிலுக்கு வடக்காக காலையில் இருந்தே கிபிரும் சூப்பர் சொனிக்கும் பொம்பரும் புக்காராவும் சகடையும் என்று மாறி மாறிக் குண்டு மழை பொழிந்துகொண்டிருந்தது.

பலாலிப் பக்கம் இருந்து ஒரே செல் அடிக்கத் தொடங்கியிருந்தான். இவ்வளவு காலமும் பாதுகாப்பான பகுதியாக இருந்த மட்டுவிலிலும் பல இடங்களில் செல்கள் வந்து விழத் தொடங்கியது. பங்கருக்குள்ள ஓடுறதும் வெளிலை வாறதுமெண்டு நாள் முழுவதும் பங்கரும் வீடுமாக மாறி மாறி ஓடிக் களைச்சுப் போனார்கள். நிலாவரை புத்தூர்ப் பக்கம்

இருந்து அடிச்ச ஆட்டிலறிச் செல்கள் இரவிலும் தொடர்ச்சியாக மட்டுவிலில் வந்து விழத் தொடங்கின. ஒரு கட்டத்தில் வீட்டுக்கும் பங்கருக்கும் ஓட முடியாமல் பாயைக் கொண்டு போய் பங்கருக்குள்ள போட்டுட்டு அங்கேயே படுத்து விட்டனர்.

அன்றிரவு தொடங்கிய சண்டை மறுநாள் காலை, பகல் என்று நீளத் தொடங்கியது. தொடக்கத்தில் நிலாவரைப் பக்கம் கேட்ட வெடிச் சத்தங்கள் இப்போது கோப்பாய் தாண்டியும் கேட்கத் தொடங்கியது. எல்லாத் திக்கில் இருந்தும் செல்கள் விழுந்து வெடிக்கத் தொடங்கின. பல்குழல் பீரங்கிகள் ஒருபக்கம் இன்னொரு பக்கம் விமானத் தாக்குதல்கள் என்று யாழ்ப்பாணமே அதிர்ந்துகொண்டிருந்தது.

ஒருவாரம் தாண்டி இரண்டாவது வாரமும் சண்டை தொடர்ச்சியாக நீளத் தொடங்கியது. யாழ்ப்பாணமே குண்டுச் சத்தங்களால் அதிர்ந்துகொண்டிருந்த போதுதான் அந்த இடிச் செய்தி எல்லார் காதுகளிலும் வந்திறங்கியது.

"இயக்கம் விடாது!"

"இன்னும் கொஞ்ச நாளில இயக்கம் பார், திருப்பி அடிக்கும்!"

"ஆமியை நல்ல முன்னேற விட்டிட்டு, பார் ஒரு நாளைக்குப் பின்னால பிடரிலை அடிப்பான்கள்" என்று தங்களைத் தாங்களே தெற்றிக்கொண்டிருந்த மக்கள் எல்லாரையும் வன்னிக்கு இடம் பெயரச் சொல்லி இயக்கம் சில இடங்களில் ஒலிபெருக்கியில் அறிவிக்கத் தொடங்கினார்கள்.

இடம்பெயர்ந்து பழக்கமே இல்லாத மட்டுவில் மக்களுக்கு இது பெரும் தலையிடியைக் கொடுத்தது. 'என்னதான் வந்தாலும் சரி நாங்கள் எங்கட ஊரை விட்டு வெளியேற மாட்டோம்!' என்று அடம் பிடித்தார்கள்.

"இருந்து பார் பொடியள்... இன்னும் கொஞ்ச நாளிலை ஆமியை பழைய இடத்துக்கும் அங்காலை துரத்துறாங்களோ இல்லையோ எண்டு."

"இவங்கள் இப்பிடித்தான் முதல்ல வலிகாமம் கிழக்கில முன்னேறின போதும் நடந்தது. இந்த முறையும் இயக்கம் முன்னேற விட்டிட்டு அடிப்பாங்கள்!"

பக்கத்து வீட்டுக்காரர்களின் இந்தப் பேச்சு அவளுக்கு ஒருவகையில் ஆத்திரமாக இருந்தாலும் இன்னொரு வகையில் அவரின் அறியாமையை நினைச்சு சிரிப்பாகவும் இருந்தது. பிறந்த காலம் முதலே ஓடியோடிக் களைத்துவிட்ட மனநிலையில் போர் பற்றியும் அதன் தாக்கம் பற்றியுமான நிறைய அனுபவம் மட்டுவில் மக்களைவிடப் புவனாவுக்கும் பிள்ளைகளுக்கும் நிறையவே இருந்தது.

"அம்மா... வன்னியில எங்களுக்கு ஒருத்தரும் இல்லை அம்மா. நாங்கள் எங்கே போறது?"

செல்வனின் இந்தக் கேள்விக்கு இப்போதைக்கு அவளிடம் எந்தப் பதிலும் இல்லை. இருபது வயதாகியும் அவன் இதுவரைக்கு வன்னிக்குப் போக வேண்டிய எந்தத் தேவையும் இருக்கவில்லை. இயக்கம் பூநகரியைப அடிச்சுப் பிடித்த பொழுது நண்பர்களுடன் ஒரு தடவை பூநகரி போய் வந்ததே அவனது வன்னி அனுபவமாக இன்றுவரை இருக்கிறது.

செல்வனுக்கு எந்தப் பதிலையும் சொல்லாமல், 'திடும் திடுப்பெண்டு ஊரை விட்டு வெளிக்கிடேண்டால் எங்கேதான் போறதோ... தெரியாது' என்று யோசித்தபடியே தேவையான சாமானுக்கள் எல்லாம் எடுத்து சாக்கில் போட்டுக் கட்டி மூட்டைகளைச் செல்வனிடம் கொடுத்தாள். இரண்டு மூட்டைகளில் ஒன்றைத் தன்னுடைய சைக்கிளிலும் மற்றையதை நதியின் சைக்கிளிலும் வைத்து இறுக்கிக் கட்டினான்.

எந்த நேரத்திலும் ஊரை விட்டு வெளியேறத் தயாராகச் சைக்கிளை வேலியில் சாத்தி விட்டு வந்து திண்ணையில் அமர்ந்தார்கள். இன்னும் செல்கள் விழுந்து வெடிக்கும் சத்தம் கேட்டுக்கொண்டே இருந்தது.

வன்னிக்குப் போகப் போற செய்தி அறிந்து ஆடுகளையும் கோழிகளையும் அறா விலைக்குத் தரும்படி மூன்று நாட்களாகப் பலரும் அவர்களுடைய வீட்டுக்கு வந்து போய்க் கொண்டிருந்தார்கள். நின்ற ஆடுகளையும் கோழிகளையும் அவர்கள் கேட்ட விலைக்கே கொடுத்து விட்டு முன் பின் தெரியாத புதிய இடம் தேடிப் புறப்பட்டார்கள்.

குடும்ப அட்டை, அடையாள அட்டை முதல் கொண்டு எல்லாவற்றையும் ஒரு பிளாஸ்டிக் பையில் சுற்றித் தன்னிடமிருந்த கைப் பையில் வைத்தாள் புவனா.

மூன்று நான்கு பிளாஸ்டிக் போத்தல்களில் தண்ணீரை நிரப்பிச் சைக்கிளில் தொங்கவிட்டான் செல்வன். நதியும் ரேணுவும் புத்தகப் பைகளுக்குள் தேவையான உடுப்புகளையும் புத்தகங்களையும் அடைத்து வைத்தனர். மத்தியானம் சமைத்த சாப்பாட்டில் இருந்த மிச்சத்தை நாய்க்கு வைத்துவிட்டு கட்டி அணைத்து முத்தமிட்டாள் புவனா.

சிவா சாகிறத்துக்கு ஒருமாசத்துக்கு முதல்தான் குட்டியாய் வீட்டுக்கு வந்த நாய், குப்பிளானில் இருந்து அவள் மட்டுவிலுக்கு இடம்பெயர்ந்தபோது அவளுடன் போன இடத்துக்கெல்லாம் வந்த நாய் தனிச்சு இருக்கிறதை அவளால் நினைச்சுக்கூடப் பார்க்க முடியவில்லை.

வெயில் கொஞ்சம் குறையத் தொடங்கியதும் காய்ச்சி வைத்திருந்த கஞ்சியை ஒரு டப்பாவில் ஊற்றிக் கைப் பையில் வைத்துக் கொண்டு கிளாலி நோக்கிய பயணத்தைத் தொடங்கினார்கள். நாய் ரங்கா இடை விடாது ஊளையிட்டபடியும் குரைத்த படியும் அவர்களைத் தொடர்ந்து வந்து கொண்டிருந்தது.

“ரங்கா வீட்டை விட்டுப் போ!”

எவ்வளவு துரத்தியும் போக மறுத்தது. நுணாவில் ரோட்டில் ஏறும்போது செல்வன் சைக்கிளை ஓரிடத்தில் நிப்பாட்டி விட்டு நாயைக் கட்டித் தழுவி, “போ ரங்கா... போ” என்றான்.

கொஞ்சத் தூரம் திரும்பிப் போன நாய் மறுபடியும் திரும்பி நின்று பார்த்தது.

14

பட்டென்று வெடித்துப் பூக்கும் பருத்தியாய் இமை திறந்த சுரபி கைகளை மேலே தூக்கி சோம்பல் நீக்கி நெட்டி முறித்தாள்.

“ஒரு பொம்பிளைப் பிள்ளை நித்திரையால எழும்புற நேரத்தை பாரன். அந்தப் புள்ளையும் இருக்குது அதைப் பாத்தெண்டாலும் வேளைக்கு எழும்பலாம்தானே. பாவம் அந்தப்பிள்ளை விடியக்காத்தலையும் எழும்பிக் குருவிக் காவலுக்குப் போட்டுது.” என்று செண்பகம் வாய்க்கு வந்தபடி பேசிக்கொண்டு தன் கருமங்களில் கண்ணுங்கருத்துமாயிருந்தாள்.

“அம்மா, இத்தினை நாளும் நான் விடிய நாலு மணிக்கெல்லாம் எழும்புறனான்தானே? இப்பதானே இப்பிடி கனநேரம் நித்திரைகொள்ள கிடைச்சிருக்குது... கேட்டால் வேளைக்கு எழும்பி செய்து தருவன்தானே... அதுக்கேனணை இப்பிடிக் கத்துறாய்?”

“அதில்லை மோனே... கொப்பா வயலுக்கு வரப்பு வெட்டப் போனவர். சுமதியும் குருவிக் காவலுக்கெண்டு குளத்தடி வயலுக்கு போட்டாள். சாப்பாடு கொண்டுபோக வேணும். சிறுபோக விதைப்பெண்டால் சும்மாயே... உச்சி வெயிலில நிண்டு வேலை செய்யிறவைக்குத்தான் தெரியும் அதின்ர கஸ்ரம்!”

“அதுக்கு நான் என்னணை செய்யிறது. நான் வயலுக்கு வாறன் எண்டாலும் விடுறியள் இல்லை. போகேல்லை

எண்டாலும் பேசுறியள். அப்ப சரி நான் இண்டைக்கு சாப்பாடு எடுத்துக்கொண்டு போறேன்."

"என்ன மோனே லூசுத்தனமாய் கதைக்கிறாய் கொப்பான்ரை குணம் தெரியும்தானே. வயல் பக்கம் உன்னை விடக்கூடாதெண்டு பொத்திப் பொத்தி அந்தாள் வளக்குது. நீ என்னண்டால் விசர்க் கதை கதைக்கிறாய்."

"என்னம்மா, இப்பதானே சொன்னியள்... அத்துக்கிடேலை மாத்திக் கதைக்கிறியள். இப்ப படிப்பு முடிஞ்சுதுதானேணை ஒருநாளைக்கு வயலுக்குப் போனால் என்ன அப்பா ஒண்டும் சொல்ல மாட்டார்."

"முதல்லை நீ எழும்பி முகத்தைக் கழுவி குளி பாப்பம். உன்ர வேலையை மட்டும் நீ ஒழுங்காய் செய்தால் அதுவே கோடி புண்ணியம்."

வெங்காயத்தை வெட்டிப் போட்டு பால் விட்டுக் கரைத்த பழஞ்சோற்றுப் பானையை எடுத்துப் பையில் வைத்தவள், சுமதிக்குப் போட்டு வைத்திருந்த புட்டுப் பாத்திரத்தையும் எடுத்துக்கொண்டு, "நான் போட்டு வாறன் மோனே."

செண்பகம் படலையைத் திறந்துகொண்டு வெளிக்கிட்டாள்.

"அம்மா நான் இண்டைக்கு காசிக்குஞ்சியோட பாலைப்பழம் வெட்டக் காட்டுக்குப் போறன். அப்பாட்டை நேற்றைக்கே சொல்லிட்டன். அவர் போகச்சொல்லி சொன்னவர் எதுக்கும் ஒருக்கால் இப்பவும் சொல்லி விடணை."

செண்பகம் தொலைவில் சென்று மறையும்வரை பார்த்துக்கொண்டிருந்தவள் பாலைப் பழம் பிடுங்கக் காட்டுக்குப் போகத் தயாரானாள். இதுவரை அவள் பலமுறை பாலைப்பழம், வீரைப்பழம், உலுவிந்தம்பழம், கரம்பைபழம் பிடுங்க காட்டுக்குப் போயிருக்கிறாள். அப்போதெல்லாம் தகப்பன் பக்கத்துணைக்கு போவது வழக்கம். முதன்முறையாகத் தந்தையின் துணையின்றிக் காட்டுக்கு போவதை நினைக்க அவளுக்குப் பயமாக இருந்தாலும்,

"காசிக் குஞ்சியோட எண்டால் பயமில்லை போட்டுவா" தகப்பன் சொன்ன அந்தச் சொல் மட்டுமே அவளுக்கு நம்பிக்கையைக் கொடுத்தது.

காசி பெரிய வேட்டைக்காரன். 'குஞ்சி' என்றால்தான் ஊரிலை எல்லாருக்கும் அவரைத் தெரியும். 'காசிக்குஞ்சி' என்றுதான் சின்ன வட்டனுகள் முதல் பெரிசுகள் வரை அவரை அழைப்பது வழக்கம். எந்தப் பெரிய மிருகம் என்றாலும் காசியைக் கண்டால் ஒருமுறை நிமிர்ந்து பார்த்துவிட்டு ஓடிவிடுமளவிற்குப் பெருத்த உடம்பு பலம் கொண்ட மனிசன் அவர்.

கறுத்துப் பருத்த உடம்பு, சுருண்டு திரண்ட கேசம் என காசியின் தோற்றமே முதலில் பார்த்தவர்களுக்கு வயிற்றில் புளிகரைக்கும். ஆனால் இந்த உருவத்துக்குள்ளும் இத்தனை தயவு தாட்சணியமா என்பதை அவருடன் பழகிப் பார்த்தவர்கள்தான் புரிந்துகொள்ள முடியும்.

காசிக்காக நீண்ட நேரமாகக் காத்திருந்த சுரபிக்கு இருப்புக்கொள்ளவில்லை எழுந்து அங்குமிங்குமாக நடந்தாள்.

'ம்... இதுக்கு மேலயும் பொறுக்கேலாது' என்று மனதுக்குள் நினைத்தவளாய் காட்டுக்குப் போவதற்கான அடுக்குகளை எடுத்துக்கொண்டு காசியின் வீட்டை நோக்கி நடக்கத் தொடங்கினாள்.

15

கச்சாய் கழியும் வரைக்கும் எந்தப் பிரச்னையும் இருக்கவில்லை. ஓரளவுக்கு சைக்கிளில் ஓடி வரக் கூடியதாக இருந்தது. கச்சாய் தாண்டியதும் மணல் கூடிய கெப்பலி வீதிகளில் செல்வனால் புவனாவைச் சைக்கிளில் ஏற்றி ஓட முடியவில்லை கரியரில் கட்டியிருந்த பொதியின் பாரம் அழுத்த நதியாலும் சைக்கிளை மிதிக்கக் கூட முடியவில்லை. இதுவரை நாளும் பள்ளிக்கூடத்துக்கும் ரியூசனுக்கும் மட்டுமே சைக்கிளில் சென்று வந்த ரேணுவின் நிலையோ சொல்ல முடியாமல் இருந்தது.

நேரம் இரவு ஒன்பது மணியைத் தாண்டியிருந்தது. வானில் முழு நிலவு போகுமிடமெல்லாம் அவர்களைத் துரத்திக்கொண்டு வந்தது. தெளிந்த வானில் நட்சத்திரங்கள் பளிச்சென்று பல்லிளித்துக் கொண்டிருந்தன.

"உங்களை எல்லாரையும் பாக்கப் பாவமாய் இருக்கு. இந்த மணல் முடியும் மட்டும் இறங்கி நடப்போம் உந்தக் கையை எடு"

செல்வனின் சைக்கிளின் பாரில் இருந்த புவனா குதித்து இறங்கினாள்.

நதியும் செல்வனும் சைக்கிளை உருட்டிக்கொண்டு போக ரேணுவும் தன் சைக்கிளைத் தள்ளிக்கொண்டு தாயுடன்

ஒட்டியவாறு நடந்துகொண்டிருந்தாள். கிளாலிக் கரையை அடைவதற்கு இன்னும் கொஞ்சத் தூரமே இருந்தது. மூன்று மணித்தியாலமாகச் சைக்கிள் மிதித்தும் நடந்தும் வந்த களை எல்லாருடைய முகத்திலும் நிழலாடியது. கொண்டு வந்த கஞ்சியைச் சிரட்டைகளில் ஊற்றிக் குடித்துவிட்டுத் தண்ணீர் குடித்து மீதி வயிற்றை நிறைத்தனர்.

இந்த மரண பயத்துக்கு மத்தியிலும் தூரத்தில் கொத்து ரொட்டி கொத்தும் சத்தம் கேட்டது. கிட்டப் போகப்போக கொத்து ரொட்டி கொத்தும் சத்தமும், பெற்றோல் மேக்ஸ் வெளிச்சமும் அதிகமாகிக் கொண்டிருந்தது.

திரும்பிய இடமெல்லாம் நிறையக் கடைகள் இருந்தன. கொத்து ரொட்டி கொத்துபவர்கள் ஒரு பக்கம், வீச்சு ரொட்டி போடுபவர்கள் இன்னொரு பக்கம் எனத் திரும்பிய இடமெல்லாம் தாள மயமாக இருந்தது.

வெளிக்கிடு எண்டவுடன் கிளாலியில் கரை வரை வந்து விட்டார்கள் ஆனால் எங்கு போவது யாரிடம் உதவி கேட்பது என்ன செய்வது என்று புவனாவுக்கும் செல்வனுக்கும் ஒன்றும் விளங்கவில்லை.

ஒன்று மட்டும் அவர்களுக்கு வெளிச்சம். குப்பிளானில் இருந்து முதல் ஆளாக ஊரை விட்டு வெளியேறிய அனுபவத்தில் முதலாளாக யாழ்ப்பாணத்தை விட்டும் வெளியேறுவது என்று முடிவெடுத்திருந்தார்கள். ஆனால் எங்கு போவது என்பது மட்டும்தான் தெரியவில்லை.

தெளிவாக இருந்த வானத்தில் திடீரென மழை முகில்கள் சூழ்ந்து கொண்டன. இடையிடையே ஓரிரு மழைத் துளிகள் அங்கொன்றும் இங்கொன்றுமாகத் தூறிக்கொண்டிருந்தது. மழைத் தூறல் முகத்தில் விழுந்ததும் வைத்திருந்த துணிகளால் தலையை மூடிக்கொண்டார்கள்.

“அண்ணா டேய் திருப்பியும் பசிக்குதடா. சரியாய்த் தண்ணியும் விடாய்க்குது” என்றாள் நதி.

“அம்மா, நான் ஒண்டுக்குப் போக வேணும்” என்றாள் ரேணு.

செல்வன் போய் வீச்சு ரொட்டியும், கறியும் வாங்கி வந்தான். தாயும் தங்கைமாரும் வந்து சேர நாலு பேரும் ஒரு தென்னை மரத்தடியில் இருந்து சாப்பிட்டுவிட்டு கடற்கரையை நோக்கி நடந்தார்கள். கெட்டதிலும் ஒரு நல்ல காலமாக செல்வன் வியாபாரம் செய்து சேர்த்து வைத்திருந்த கொஞ்சப் பணமும் ஆடுகள், கோழிகள் விற்ற பணமும் கையில் இருந்ததால் ஓரளவுக்கு அவர்களால் சமாளிக்க முடிந்தது.

வன்னிக்கு இடம் பெயரச் சொல்லி இயக்கம் அறிவித்த உடனை வெளிக்கிட்டதாலை கிளாலிக் கரையில் அவ்வளவாகச் சன நெரிசல் இருக்கவில்லை. நாட்கள் செல்லச்செல்ல கிளாலிக் கரையில் பெரும் திரளான மக்கள் கூட்டம் நிரம்பி வழிந்ததை மறக்க முடியாது. செல்வனுக்குத் தெரிந்த பலர் கிளாலிக் கரையில் சைக்கிள்களை விட்டுவிட்டு வன்னிக்கு வந்த வரலாறும் உண்டு.

"ஏன்தான் இயக்கம் இப்பிடி அவசரமாய்ச் சனத்தை வெளியேறச் சொல்லிச்சு?"

விடையில்லாத அந்தக் கேள்வியைப் புவனா பிற்காலத்திலும் அடிக்கடி தன் மனதுக்குள் கேட்டுக்கொண்டாள். அவசர அவசரமாகச் சனத்தை வெளியேறச் சொன்ன இயக்கம், சனம் எல்லாம் வெளியேறிய பிறகும் ரெண்டு மூன்று மாதங்கள் யாழ்ப்பாணத்தில் நிலைத்திருந்தனர் என்ற உண்மையே அதற்குக் காரணமாக இருந்தது.

படகுகள் வரிசையாக நின்றன. இஞ்சின் பூட்டப்பட்ட ஒரு படகின் பின்னால் பத்து அல்லது பன்னிரண்டு படகுகள் கயிற்றில் ஒரு தொடராகக் கட்டப்பட்டிருந்தன. சிலர் தங்களுடன் கொண்டுவந்த ஆடுகள், கோழிகளைக் கடற்கரையிலே விட்டுச் செல்ல வேண்டி இருந்தது.

"நல்ல காலம் நாங்கள் ஆடுகளையும் கோழிகளையும் வித்திட்டு வந்தது" என்று செல்வன் சொல்லியதும், "நாங்களே எங்கே போறது எண்டு தெரியாமல் கால் போற போக்கில போறோம்... இதில ஆடுகள் கோழிகளை என்ன செய்யிறது" என்றாள் நதி.

"ஆட்களே போகக் காணேல்ல இதில, போற இடத்தில ஆடுகளையும் கோழிகளையும் எங்கே வளர்க்கிறது" என்று தாய்

சொன்னதும், “அதுசரி இப்ப எங்கே போறோம்” என்றாள் ரேணு தாயைப் பார்த்து.

“தெரியாது” என்றவள் செல்வனைப் பார்த்தாள.

“அம்மா... ரங்கா” என்றான் செல்வன். அவன் சுட்டிக் காட்டிய திசையில் முன்னங்கால்கள் இரண்டையும் தூக்கி இவர்களையே பார்த்துக்கொண்டிருந்தது ரங்கா.

“பாவம் அதுவும் என்ன பழி செய்ததோ. எங்களிட்ட வந்து சேந்ததால அதுக்கும் இந்த நிலைமை.”

புவனா நாயைப் பார்த்துக் கையைக் காட்டினாள். துள்ளிக் குதித்த நாய் கடற்கரை வரை வந்து தண்ணீரைக் கண்டதும் நின்றது.

“அண்ணா எங்கட நாயையும் கூட்டிக்கொண்டு போகலாமே..?” என்று படகோட்டுபவரைப் பார்த்து ரேணு கேட்டாள்.

“ஆட்களே போக்க காணேல்லை. இதில உனக்கு நாய் வேற. ஏறுங்கோ... ஏறுங்கோ” என்று கத்தியபடி சைக்கிளில் இருந்த மூட்டைகளைக் கழற்றாமல் அப்படியே இரண்டு சைக்கிள்களையும் தூக்கிப் படகில் வைத்தவர், ரேணுவின் சைக்கிளை வாங்கிப் பின்பக்கத்தில் கட்டினார்.

ஒருவர் பின் ஒருவராக நாலு பேரும் படகில் ஏறினார்கள். அவர்களுடன் சேர்த்து பதினாறு பேர் அந்தப் படகில் இருந்தனர். செல்வன் திரும்பிப் பார்த்தான் மங்கிய நிலவொளியில் கண்ணுக்கெட்டியவரை எதுவுமே தெரியவில்லை.

“ரங்கா பாவம்... பாவம் ரங்கா” என்று மனசுக்குள் திரும்பத் திரும்பச் சொல்லிக்கொண்டிருந்தான்.

சில நிமிடங்களில் வோக்கி டோக்கியில் கட்டளை வந்ததும் இஞ்சின் கட்டியிருந்த படகு நகரத் தொடங்கியதும் அதனுடன் பிணைக்கப் பட்டிருந்த படகுகள் அனைத்தும் பின் தொடர்ந்து சென்றன. எல்லாரும் தங்கள் விருப்பத்துக்கு ஏற்ப தெய்வங்களை வேண்டிக் கொண்டனர்.

“கடவுளே பிள்ளையாரப்பா...” படகு வெளிக்கிட்ட நேரத்தில் இருந்து வாயில் முணுமுணுத்தபடி இருந்தாள் புவனா.

கிட்டத்தட்ட நடுக்கடலை அடைந்தபோது இரண்டு படகுகள் அவர்களை முந்திக்கொண்டு வேகமாகச் சென்றது. எல்லாரிடமும் மயான அமைதிக்கு இடையில் பெரும் பயம் குடி கொண்டது.

"ஒருத்தரும் பயப்படாதையுங்கோ... அது குருவி" என்றார் படகோட்டிகளில் ஒருவர்.

"இயக்கத்தின்ர குருவிப் படகுதான் போகுது பயப்படாதையுங்கோ" என்று, படகில் இருந்த இன்னொருவர் சொன்னதும், "அதெப்பிடி உங்களுக்குத் தெரியும்" என்று கேட்டான் செல்வன்.

"தம்பி நான் இந்த போட்டிலை ஒரு இருபது முப்பது முறைக்கு மேல போயிருக்கிறேன். நான் ஒரு பொயிலை வியாபாரி தம்பி. இதெல்லாம் எங்களுக்குச் சர்வ சாதாரணம்."

"ஓ... அப்ப உங்களுக்கு நிறைய அனுபவம் இருக்கும்?"

"இது கடலில்லை கொலைக் களம் கண்டீரோ தம்பி. இந்தக் கடலிலை செத்தவை முதற் கொண்டு தப்பினவை வரை நிறையப் பேரோட நான் பயணம் செய்திருக்கிறேன்!"

"அது கன நாளுக்கு முதல் இப்ப ஒருத்தரும் சாக்கிறேல்லை தானே?"

"நீ சொல்லுறது சரிதான் தம்பி... உந்தக் குருவிப் படகு பாதுகாப்புக்கு வந்த பிறகு இப்ப ஆமி ஒருத்தரையும் வெட்டுறதில்லை. அதுக்கு முதல்ல இந்தக் கடலால தப்பிப் பிளைச்சுப் போறதே பெரிய பாடு!" என்று அவர் சொல்லிக் கொண்டிருக்கும் போதே அலை மோதி விழும் கடலில் இருந்து விலகி ஆழம் குறைந்த பகுதியில் வெட்டப்பட்ட வாய்க்கால்களில் படகுகள் பயணிகத் தொடங்கின.

தூரத்தில் வெளிச்சம் தெரிந்தது.

"அதுதான் ஆலங்கேணி... நல்லூர் கரை" என்றார் அந்தப் புகையிலை வியாபாரி.

"நதி... ரேணு... எழும்புங்கோ. கரை வந்திட்டுது. பாவம் பிள்ளையள் சத்தி எடுத்துக் களைச்சுப் போச்சுதுகள்."

நதியையும் ரேணுவையும் தட்டி எழுப்பினாள் புவனா. இருபது மைல் கடல் பயணத்தில் முதல் முறையாக ஒரு வெளிச்சத்தைக் கண்ட மகிழ்ச்சி புவனாவிடம், "கடவுளே பிள்ளையாரப்பா... இந்த வெளிச்சமாவது நிலைக்க வேணும்" என்று மறுபடியும் மனதுக்குள் வேண்டிக் கொண்டாள்.

கரையில் எல்லாரும் இறங்கியபோது தாங்களும் படகோட்டிகளுக்கு நன்றி சொல்லியபின் இறங்கிச் சைக்கிளை உருட்டிக்கொண்டு நடந்தனர்.

ட்ராக்டர் நிக்கும் இடம் நோக்கிப் போனபோது, "சைக்கிளைத் தூக்கி ரைக்டர் பெட்டியில் போட்டிட்டு ஏறுங்கோ" என்றாள் புவனா.

பெட்டிகள் பூட்டப்பட்ட ரைக்டர்களில் எல்லாரையும் ஏற்றி கண்டல் வெளிகளினூடே பேருந்துகள் நிற்கும் இடத்துக்குக் கூட்டிப் போயினர்.

ஆளுக்கு ஒரு தேத்தண்ணி வாங்கிக் குடிச்சு வாய்ப்பனும் வாங்கிச் சாப்பிட்டபின் இதுக்கு மேலே எங்கே போவது எனத் தெரியாதவளாகச் செல்வனைப் பார்த்து, "என்ன செய்யலாம்?" என்று கேட்டாள்.

"என்னதான் நடக்குதெண்டு பாப்போம். சைக்கிளை எடுத்துக்கொண்டு வாங்கோ... இப்பிடியே சனத்துக்குப் பின்னாலை போவோம்..."

செல்வன் சொல்லிக்கொண்டிருக்கும்போதே, நதியும் ரேணுவும் சைக்கிளில் தொத்தி ஏறிப் பெடலை மிதிக்கத் தொடங்கினர். தாயை ஏற்றிக்கொண்டு அவர்களைப் பின்தொடர்ந்தான் செல்வன்.

செக்கச் சிவந்த சூரியன், கொஞ்சம் கொஞ்சமாக உதயத்தை நோக்கி மேலெழுந்து கொண்டிருந்தான்.

16

வயல் வேலை இல்லாத காலங்களில் பொழுது போகாத நேரம் வழமையாகச் சீலனுடைய வீட்டில் எல்லாரும் சேர்ந்து சீட்டாடுவது வழக்கம். போனகிழமை சீலனின் தாய் கோமளம் அப்பிடி என்னதான் சொன்னாளோ தெரியவில்லை, அவள் சொன்னதில் ஏதோ ஒன்று பரணரூபனுக்குப் பிடிக்கவில்லை. இத்தனைக்கும் சீலனின் தந்தை வேலாயுதமும் வழமை போல மனைவி சொல்லே மந்திரம் என்று இருந்தது பரணரூபனின் கோபத்துக்கு மேலும் காரணமாகியது.

"சீலா... சொல்லிட்டேன் இண்டயில இருந்து உன்ர வீட்டுப் பக்கம் வரமாட்டேன்" என்றான் கறாராக. அவன் சின்ன வயதில் இருந்தே, சீலா, என்றுதான் சீலனைக் கூப்பிடுவது வழக்கம்.

"ரூபன் நான் சொல்லுறத கேள்.. அம்மான்ரை கதையை ஒரு பொருட்டா எடுக்காதையடா. அவா அப்பிடித்தான் எண்டு உனக்குச் சின்னனில இருந்து தெரியும் தானே. பிறகேன்..?"

"இல்ல சீல... ஒருக்கா ரெண்டுமுறை எண்டால் பரவாயில்லை. எனக்கும் மான ரோசம் எண்டு ஒண்டிருக்குதுதானே... என்னைக் கட்டாயப் படுத்தாதை... இனி விளையாடுறது எண்டால் எங்கட வீட்டை வா, இல்லையெண்டால் காவல் கொட்டிலிலை விளையாடுவோம்."

ஒருவகையான வைராக்கியத்துடன் பரணரூபன் சொன்னதும் சீலனுக்கு என்ன செய்வதென்றே புரியவில்லை.

போன கிழமை நடந்த அந்தச் சம்பவத்துக்குப் பிறகு இண்டைக்குத்தான் பரணரூபன் வீட்டுத் திண்ணையில் இருந்தபடி பரணரூபனும் சீலனும் சீட்டாட்டத் தொடங்கினர். வழமையாகச் சீலன் வீட்டுக்குச் சீட்டாட வருபவர்கள் யாரும் அன்று வரவில்லை.

"பிறை நீயும் வாரியே ஒரு கை குறையுது" என்றான் ரூபன்.

கையில் இருந்த தேத்தண்ணித் தம்ளரை இருவருக்கும் பக்கத்தில் வைத்தவள், "எனக்கு வேற வேலை வெட்டி இல்லை எண்டு நினைச்சிட்டியளாக்கும்..? உங்கள மாரி என்னையும் வேலை வெட்டி இல்லாதவள் எண்டு நினைச்சிடாதேயுங்கோ" என்று கடுமையான தொனியில் சொன்னவள் தலையைச் சிலுப்பிச் சீலனை ஒரு பார்வை பார்த்து விட்டுப் போனாள்.

இதற்கு சீலனின் தாயே பரவாயில்லை என்று தோன்றியது ரூபனுக்கு. தேத்தண்ணி தம்ளரை வைத்து விட்டுப் போன பிறைநிலாவை அவள் அடுப்படியில் சென்று மறையும் வரை வைச்ச கண் வாங்காமல் பார்த்தான் சீலன்.

அவளின் அழகை ரசித்த சீலன், அவள் ஒரு சிலுப்புச் சிலுப்பி, "எனக்கு வேற வேலை வெட்டி இல்லை எண்டு நினைச்சிட்டியளாக்கும்" என்ற கூறிய பதிலை மிகவும் ரசித்தான்.

பிறைநிலாவுக்கு சின்ன வயதிலேயே தாய் இறந்துவிட்டதனால் அவளே குடும்பத்தின் தலைவியாக இருந்து வழிநடத்துகிறாள். தந்தை முருகேசு வயலிலும் தோட்டத்திலும் நாட்களைக் கழிக்க அண்ணன் ரூபன் அவளுக்கு எல்லா விதத்திலும் பக்க பலமாக இருந்து வருகிறான்.

ஒருவகையான ஆண்மை மிடுக்குடன் நேர்கொண்ட பார்வை யாருக்கும் அஞ்சாத வீரம் எனப் பாரதி கண்ட புதுமைப் பெண்ணாகப் பிறை இருந்தாள். என்னதான் அடிக்கடி கண்டாலும் இன்று முழுகி விட்டுத் தலை விரி கோலமாக நின்ற அவளைக் கண்ட சீலனுக்கு அவன் கண்களையே நம்ப முடியவில்லை.

"இப்பிடி ஒரு அழகியா இவள்!"

அவன் மனம் திருப்பித் திருப்பி அவனைக் கேட்டது. அவளின் அழகிய முகம் அவனுக்குள் நிலையாக ஒட்டிக்கொண்டு விட்டது.

"எனக்கு வேற வேலை வெட்டி இல்லை எண்டு நினைச்சிட்டியளாக்கும்" என்றபடி அவள் சீலனைப் பார்த்துச் சிலுப்பிய விதம் மேலும் அவனுக்குப் பிடித்துப் போய் விட்டது.

கொஞ்ச நேரத்துக்குள் அடுப்படியில் இருந்து வெளியே வந்தவள் சீலனைக் கடைக் கண்ணால் பார்த்தபடி, "பாக்கப் பாவமாய் இருக்குச் சோடி இல்லையெண்டால் இப்பிடித்தான், என்ன செய்யிறது. சரி நானும் வாறன்."

சிரித்துக் கொண்டு சீட்டுக் கட்டை எடுத்து, 'சடக்... சடக்...' எனப் பலமுறை இழுத்து அடித்து, "ஐந்து... மூன்று... இரண்டு..." என வட்டமாக எண்ணிப் போட்டாள்.

அவளின் கன்னக்குழிச் சிரிப்பழகில் லயித்துப்போன சீலன் வழமைக்கு மாறாக மூன்று சுற்றுகளிலும் தோற்றான். சின்ன வயதில் இருந்தே சீலனை, 'வாடா... போடா...' என்று அதிகாரத் தொனியில் அழைப்பவள், இன்று வழமைக்கு மாறாக மரியாதை கொடுத்துக் கதைத்ததைப் பார்த்த சீலனுக்கு ஏதோ அந்நியமாகப் பட்டது.

ஊரில் உள்ள பலருக்கும் பிறைநிலா என்றால் சரியான பயம். மனதில் பட்டதை அப்படியே பேசிவிடும் சுபாவம் அவளது. எதையும் ஒளிவு மறைவில்லாமல் சொல்லிவிடுவாள். அதனால் ஊரில் உள்ளவர்கள் செல்லமாக 'வாயாடி' என்ற பெயரை அவளுக்கு வைத்திருந்தனர்.

யார் என்ன கதைத்தாலும் அதற்கென்று ஒரு எதிர்ப்பேச்சு வைத்திருப்பாள் பிறை. படித்தது என்னவோ சாதாரண தரம் வரை என்றாலும் வழக்கறிஞர்களை வென்ற வாதத்திறமை அவளுக்கு உள்ளது. அவளிடம் வாயைக் கொடுத்து வாங்கிக் கட்டியவர்கள்தான் ஊரில் அதிகம்.

சீலனுக்குச் சின்ன வயதில் இருந்தே பிறைநிலா என்றால் அப்பிடி ஒரு விருப்பம். அவன் 'நிலா' என்றுதான் அவளைக் கூப்பிடுவான். வளரவளர அவளின் அழகு மேலும் மேலும் அவனுக்குள் ஒருவிதமான காதலை உண்டு பண்ணியிருந்தது.

பிறையும் மற்றவர்களிடம் பேசுவது போலச் சீலனிடம் கதைப்பதில்லை. வளர வளர அவளுக்குள்ளும் சீலன் மீது காதல் மெள்ளமெள்ள முளைவிடத் தொடங்கியதை அவளின் அண்மைய செயல்கள் உணர்த்தத் தொடங்கின.

17

சிவாவுக்குத் தெரிந்த சில புகையிலை வியாபாரிகள் வட்டக்கச்சியில் இருந்து வந்து குப்பிளானில் புகையிலைச் சிறபம் ஏற்றியபோது வீட்டுக்கு வந்த ஞாபகம் புவனாவுக்கு இருந்தது. ஆனால் அவர்களின் பெயர் என்ன? இப்ப எங்கே இருக்கிறார்கள்? அவர்களை எப்படித் தேடிப் பிடிப்பது? என்று எதுவும் புவனாவுக்குப் பிடிபடவில்லை.

குஞ்சுப் பரந்தன் கடந்தபோது வந்த சிறிய உளவு இயந்திரம் ஒன்றை மறித்து உதவி கேட்டார்கள். அவர், தான் உருத்திரபுரம் போவதாகச் சொன்னார். அப்போதுதான் அவளுக்குக் கணவரின் நண்பர் உருத்திரபுரம் யோகியின் ஞாபகம் வந்தது.

“தம்பி உங்களுக்கு வெத்திலை வியாபாரி யோகியைத் தெரியுமோ... அவர் உருத்திரபுரம்தான்” புவனா கேட்டதும்,

“ஓம் அக்கா அவரைத் தெரியாதவை இருப்பினமே!”

“அவர் அந்த வீட்டைப் பெட்டைக்குச் சீதனமாய் குடுத்திட்டு இப்ப செல்வா நகரிலை இருக்கிறார்” என்றவரைப் பார்த்து,

“தம்பி எங்களை அங்கை ஒருக்கால் கொண்டுவிட முடியுமே. நாங்கள் வேணுமெண்டால் காசு தாறோம்” என்றாள் கவலை தோய்ந்த முகத்துடன்.

“இதில என்ன இருக்குதக்கா... போற வழிதான் எனக்குக் காசு ஒண்டும் நீங்கள் தர வேண்டாம். நான் கொண்டே விடுறேன்”

என்றவர் அவர்கள் ஏறி இருந்ததும் உளவு இயந்திரத்தை வேகமாக இயக்கினார். ஒரு அரை மணி நேரத்தில் பொட்டல் வெளியில் உள்ள அந்தக் குடிசையின் முன் சென்று நின்றபோது அவளுக்கு என்ன செய்வது என்றே தெரியவில்லை.

மெலிந்த தோற்றம் கொண்ட ஒருவர் வெளியே வந்தார். அவரைத் தொடர்ந்து அவரின் மனைவியும் மகனும் வந்தனர்.

"யோகி அண்ணா..." என்றவள், 'ஓ' வென்று அழத் தொடங்கினாள்.

"நீங்கள்... சிவாவின்ர மனிசிதானே..? உள்ள வாங்கோ" என்றார் யோகி.

"வாங்கோ உள்ளை..." என்று யோகியின் மனைவி பவளம் சொன்னதும் ஒருவர் பின் ஒருவராகச் செருப்புகளைக் கழற்றி விட்டு உள்ளே வந்தனர்.

"எப்பிடி நல்லாய் இருந்த குடும்பம். இப்பிடி அலைய வேண்டி இருக்கு. சிவா மோசமான செய்தி கேட்டதும் என்னால ரெண்டு நாளாய் ஒண்டும் செய்ய முடியேல்லை. என்ன ஒரு அருமையான மனிசன்" என்றவர், "களைச்சுப் போயிருப்பியள். கை கால கழுவீட்டு வாங்கோ சாப்பிட்டுக் கொண்டு கதைப்போம்" என்றார் யோகி.

கருங்கல்லுப் பூமியின் அடியில் கப்பியில் சுழன்றபடி வாளி ஒரு கண்ட சீருக்குப் போய்க்கொண்டே இருந்தது. ஒரு இரண்டு நிமிடத்துக்குப் பிறகு தண்ணீருடன் வந்த வாளியில் ஒருவிதமான மஞ்சள் நிறத்திலான தண்ணீர் இருந்தது.

"இஞ்சை தண்ணி இப்பிடித்தான் இருக்கும். மஞ்சள் கலந்த தண்ணீ உடம்புக்கு நல்லது. கிருமி தொத்தாது."

பதினைந்து வயது மதிக்கத்தக்க யோகியின் மகன் குமரன் நக்கலாகச் சொன்னதும் எல்லாரும் சிரித்தார்கள்.

கொஞ்சநேரத்தில் எல்லாரும் சாப்பிட்டுவிட்டு யாழ்ப்பாணப் புதினம் பற்றிக் கதைக்கத் தொடங்கினர். புவனாவுக்கு யோகியின் நிலைமையைப் பார்க்க வியப்பாக இருந்தது. ஒரு வறண்ட நிலத்தில் சிறிய குடிசையில் இருந்தாலும் விருந்தோம்பும் பண்பு மட்டும் இன்னும் குறையவே இல்லை.

"என்னண்ணா செய்யிறீங்கள் இப்ப?" என்ற புவனாவைப் பார்த்து, "என்னத்த இப்ப யாவாரமும் சொல்லுறளவுக்கு

நல்லாய் இல்லை. கொழும்பு வெத்திலை வாறதில்லைதானே" என்று இழுத்த யோகியின் நிலைமை புவனாவுக்குப் புரிந்தது.

"அதுக்காக உதவி எண்டு வந்தாக்களை நடுத் தெருவில் விட முடியுமோ..? என்னால என்ன செய்யேலுமோ செய்யிறேன்" என்றார் யோகி.

* * *

அந்தச் சிறிய வீட்டின் ஒரு பக்கப் பத்தியில் புவனாவும் பிள்ளைகளும் பாயைப் போட்டுப் படுத்த போது நேரம் சாமத்தை நெருங்கிக் கொண்டிருந்தது. புவனாவால் நித்திரை கொள்ள முடியவில்லை. செல்வனுக்கும் அதேநிலைதான். ரேணு எதுவுமே தெரியாமல் நல்ல நித்திரையில் இருந்தாள். நதி இடையிடையே எழும்பித் தாயையும் தமையனையும் பார்த்தாள்.

நேரம் காலையை நெருங்கிக்கொண்டிருந்தது. நித்திரையில் இருந்து திடுக்கிட்டு எழுந்த ரேணு, "அம்மா நாங்கள் எங்கே இருக்கப் போறோம்..." என்று உளறியபடி தாயைப் பார்த்தாள்.

கண்களைக் கசக்கியபடி எழுந்திருந்தாள் புவனா. "தெரியேல்லையடா... அதைத்தான் நானும் யோசிக்கிறேன்."

"இந்தத் தண்ணிகூட ஒத்து வருதில்லை. ராத்திரி முழுக்க ஒரே சலக் கடுப்பு" என்றாள் நதி.

நித்திரையில் இருந்து எழுந்த செல்வன் தாயைப் பார்த்து, "அம்மா, ஓமந்தையில ஆரோ இருக்கினம் எண்டு முந்தி ஒருக்கா சொன்னீங்கள். அவையளின்ர இடம் எப்பிடி?" என்று செல்வன் கேட்டவுடன் ஞாபகத்துக்கு வந்தவளாய், "அது ஓமந்தை இல்ல ஓமந்தையில இருந்து நல்லாய் உள்ளுக்கை. நவ்வி எண்டிற இடம்... நீ சொல்லுறதும் சரிதான் அங்க போனால் தோட்டம் செய்தெண்டாலும் பிளைக்கலாம்" என்றாள் புவனா.

"ஆரம்மா அங்க இருக்கினம்" என்று கேட்ட நதியைப் பார்த்து, "அது ஆச்சியின்ர வழியில தூரத்துச் சொந்தம். அம்பி அண்ணா. உங்களுக்குத் தெரியாது" என்றாள்.

"எனக்கெண்டால் இந்த இடம் சரிப்பட்டு வரும்போல தெரியேல்லை அம்மா. இஞ்சை ஆடு, கோழி ஒண்டும் வளக்கேலாதுபோல. அதைவிடத் தண்ணி. இரவு முழுக்க ஒரே சலக் கடுப்பு" என்றான் செல்வன்.

"உனக்குமோ?" என்றபடி சிரித்தாள் நதி.

18

இரண்டு வருடங்களாகச் சுரபி நவ்விக்கு வருவதே அரிதிலும் அரிது. படிப்பு படிப்பென்று காலம் உருண்டோடியதுதான் மிச்சம். வெட்டுப்புள்ளி வந்தபோது அவளுக்குப் பல்கலைக் கழக அனுமதி கிடைக்கவில்லை என்பதால் கவலையில் இருந்தவளுக்கு ஒரு மாறுதலாய் இருக்கட்டுமேனெண்டு தகப்பனும் காசியோட காட்டுக்குப் போகச் சம்மதிச்சிட்டார்.

“என்ர புள்ளை நல்லாய் படிக்கும் உந்த வெட்டுப் புள்ளி வைச்சிருக்கிறவன்தான் என்ர புள்ளைக்குச் சதி செய்து போட்டான்” என்று சுரபிக்குப் பல்கலைக்கழகம் கிடக்காததற்கு செண்பகம் ஊர் முழுக்கப் புதிய கதை அளந்தாள்.

“அது கிடக்குது விடு. படிக்கிறவன் எல்லாம் கம்பஸ் போறதெண்டால் எப்பிடி..? எனக்குத் தெரியும் என்ர புள்ளையைப் பற்றி.”

மகளின் மனம் நோகக் கூடாது என்று எல்லாவகையிலும் அவளுக்குப் பக்க பலமாக இருந்தார் தந்தை அம்பிகைபாலன்.

காட்டிற்குப் போக வெளிக்கிட்ட போது சீலனும் சுரபியும் ஒருவரை ஒருவர் ஒட்டினாற் போல் வந்து கொண்டிருந்தனர்.

“பொடி காட்டுக்குப் போறேனெண்டிட்டு வாற நேரத்தைப் பாரேன். இப்பிடிக் குண்டில வெயில் சுடும் வரைக்கும் படுத்தால் எப்பிடி” காசி இப்பிடிச் சொன்னதும், “ஐயோ குஞ்சி நிலா

வர நேரம் போட்டுது" என்று பம்மினான் சீலன். சீலனும் பிறையும் காசியுடன் காட்டுக்கு வருகிறார்கள் என்பது சுரபிக்குத் தெரியாது.

கிட்டத்தட்ட ஒருமணி நேர நடைக்குப் பிறகு அடர்ந்த காட்டின் நடுவே போனபோது,

"குஞ்சி அந்த மரத்தைப் பாரணை... நிறை பழம்..." என்று, சீலன் சொன்னதும் கையில் வைத்திருந்த கோடாரியையும் கயிற்றையும் நிலத்தில் போட்டுவிட்டுக் கையை நெற்றியில் வைத்து நிமிர்ந்து பார்த்தார் காசி. சூரிய வெளிச்சத்தில் பாலைப் பழங்கள் மின்னிக்கொண்டிருந்தன.

"நிறை பழம். இப்பிடிச் சிலுத்துப் போய் இருக்குது. பொடி பாத்து ஏறு மோனே கெட்டு முறிஞ்சு விழுந்திடும்" என்று காசி சொல்லிக்கொண்டிருக்கும்போதே கோடரியில் கயிற்றைக் கட்டிப் பாலை மரத்தில் எறிந்தான் சீலன். கோடரி பலமான கிளையில் போய் மாட்டிக்கொண்டது.

"பொடி பாத்து ஏறு அல்லது நான் ஏறட்டோ" என்று காசி சாரத்தை மடித்துக் கொடுக்க, கட்டிக் கொண்டிருக்கக் கடகடவென்று கயிற்றைப் பிடித்துக்கொண்டு மேலே போனான் சீலன்.

"டேய் அத்தான் அந்தக் கனக்கப் பழம் இருக்கிற கொப்பை வெட்டிப் போடு" என்று சுரபி சொன்னதும் கோடரியை ஓங்கி இரண்டு வெட்டு வெட்டினான். பழத்தின் பாரம் தாங்க முடியாமல் கிளை முறிந்து பெரும் சத்தத்துடன் கீழே விழுந்தது. பச்சை சத்தும் விழாவில் போட்ட மின்குமிழ்கள்போல இலைகளை மறைத்து மஞ்சள் நிறத்தில் பாலைப்பழங்கள் மின்னிக்கொண்டிருந்தன. சுரபி கடகடவென்று கொஞ்சப் பாலைப்பழங்களைப் பிடுங்கி வாயில் நிறைத்தாள்.

"ஏய் சுரபி, அவாப் படாதை. இப்ப திண்டியெண்டால் பால் சொண்டெல்லாம் ஒட்டும். புடுங்கி கொஞ்சநேரம் வெயில்லை போட்டிட்டு சாப்பிட்டால் பால் ஒட்டாது" என்று பிறை இப்பிடிச் சொன்னதும், "உனக்கென்ன பக்கத்தில இருக்குது நீ நெடுக்கச் சாப்பிடுவாய்... எனக்கு ரெண்டு வருசம் கழிச்சு இப்பதான் கிடைக்குது" என்றாள் சுரபி.

"நீ பாலைப்பழத்தைத்தானே சொல்லுறாய். என்ன மோனே... பிறை சொல்லுறதும் சரிதான்" என்று காசி சொன்னார்.

"சரி குஞ்சி நான் இப்ப சாப்பிடேல்லை" என்றாள் சுரபி.

"எப்பிடி நல்ல பழமோ. பாத்தால் சதைப் பிடிப்பான பழம் போல இருக்கு... இனிப்பாய் இருக்கோ" என்று மரத்தில் இருந்தபடியே சீலன் கேட்டான்.

"எங்கே இவள் சாப்பிடவிட்டால்தானே!"

சொல்லியபடி பிறையைப் பார்த்தாள் சுரபி. சுரபியைவிட ஒரு வயது சிறியவள் பிறை. சிறுவயது முதலே ஒன்றாகப் படித்தவர்கள். சாதாரண தரத்துடன் பிறை பள்ளிக்கூடத்தை நிறுத்திவிட உயர்தரப் படிப்புக்காக ஓமந்தைக்குப் போய்விட்டாள் சுரபி.

"ஏய், நிலா சொல்லுறதும் சரிதான். பால் ஒட்டிச்சுதெண்டால் உன்னால வீட்டை போகும் வரைக்கும் கதைக்க ஏலாது சொல்லிட்டேன்" என்ற சீலனைப் பார்த்து, "அதுவும் ஒருவகையில நல்லது" கூறிவிட்டுச் சிரித்தாள் பிறை.

"சரியாய்ச் சொன்னாய் நிலா" என்று சீலனும் கூடச் சேர்ந்து சிரித்தான்.

"அதென்ன அத்தான் நாங்கள் எல்லாரும் பிறை எண்டு கூப்பிட நீ மட்டும் நிலா எண்டு கூப்பிடுறாய்" என்று சுரபி கேட்டதும் கொஞ்சமும் தாமதிக்காமல்,

"நிலா இல்லாமல் எப்பிடிப் பிறை வரும்" என்று சொல்லிவிட்டு மீண்டும் சிரித்தான் சீலன்.

"ஐயோ அத்தானுக்கும் கவிதை சொட்டுது" என்று சுரபி சொன்னதும் அவளுக்குக் கிட்ட வந்த பிறை,

"அதுசரி நானும் பாக்கிறேன். நீ ஏன் இப்பவும் அத்தான் ஆட்டுக்குட்டி எண்டு கூப்பிட்டுக் கொண்டு சின்னப் பிள்ளையள் மாதிரி இருக்கிறாய்" என்று மிகவும் மெதுவான குரலில் பிறை கேட்டதும் சுரபிக்கு என்ன சொல்வது என்று தெரியவில்லை.

"அதிலை என்ன பிழை. அவன் என்ர அத்தான்தானே!" என்றாள்.

தியா | 75

“சின்னனிலை கூப்பிட்டாய் சரி அதுக்காக இப்பவும் அப்பிடிக் கூப்பிடுறது பாக்க நல்லாய் இல்லை. நாங்கள் வளந்திட்டோம் நாளைக்குக் கட்டினவளுக்கு முன்னுக்கும் இப்பிடிச் சொல்ல ஏலாது தானே” என்று பிறை சொல்லிக்கொண்டிருக்க, திகைத்துப் போய் நின்ற சுரபி அதுக்கு மேல் எதுவுமே பேசவில்லை.

சீலன் கோடரியைக் கீழே போட்டுவிட்டு, ‘சர்ர்ர்ர்...’ என்று கீழே இறங்கினான். மூன்று வாளிகள் நிறையப் பாலைப்பழங்கள் நிறைந்திருந்தன.

“முறிஞ்ச கெட்டுகளைத் தூக்கித் தூரத்தில போடுங்கோ பிள்ளையள். இது எங்கட சித்தாற்றுக்கு கிட்ட வருது. கெட்டுகள் குளத்துக்கு வாற தண்ணியைத் தடுத்துப்போடும் அங்காலை பிட்டீல கொண்டே போடுங்கோ” என்று சொல்லியபடி காசி இழுத்துக் கொண்டு போனார்.

காசியுடன் சேர்ந்து முறித்து விழுத்திய கிளைகளை எடுத்துத் தூரப் போட்டு விட்டு வந்த சீலன், “குஞ்சி இந்தாங்கோ” என்று கோடரியையும் கயிற்றையும் காசியிடம் கொடுத்து விட்டு,

“சரி தூக்கிக் கொண்டு நடவுங்கோ” என்று சொல்லியபடி ஒரு வாளியைத் தூக்கிக்கொண்டு நடந்தான். அவனைத் தொடர்ந்து சுரபியும் பிறையும் நடக்க... காசியும் அவர்களை பின் தொடர்ந்தார்.

19

“நீங்கள் அங்கதான் போக வேணும் எண்டு நிக்கிறியள். இதில நான் சொல்லுறதுக்கு ஒண்டும் இல்லை. உங்கட விருப்பம்தான் முக்கியம். ஆனால் ஒண்டு மட்டும் சொல்லுறேன். என்ன உதவி வேணுமெண்டாலும் நீங்கள் திரும்பி வாங்கோ”

மூன்று நாட்கள் கழித்து யோகி தனக்குத் தெரிந்த சந்திரன் என்பவருடன் அவர்களை நவ்விக்கு அனுப்பி வைத்தபோது சொன்ன நம்பிக்கை வார்த்தைகள்,

“எங்களுக்கும் வன்னியில ஆக்கள் இருக்கினம்” என்ற தெம்பை அவர்களுக்குக் கொடுத்தது.

வீட்டில் இருந்து கூப்பிடு தூரம் வந்ததும் கனகபுரம் மாவீரர் துயிலுமில்லத்தில் வீர மரணம் அடைந்த மாவீரர்களுக்கான இறுதி வணக்கம் நடந்துகொண்டிருந்தது. முறிப்புக்குளம், கோணாவில், யூனியன்குளம், அக்கராயன்குளம், தேறாங்கண்டல், மல்லாவி, நட்டாங்கண்டல் பனங்காமம், மூன்று முறிப்பு வழியாக சைக்கிளில் ஒருநாள் முழுக்கப் பயணம் செய்து நவ்விக்கு வந்து சேர்ந்தபோது மாலை ஐந்து மணியை நெருங்கிக்கொண்டிருந்தது.

வழியில் அவர்களைக் கண்ட அம்பிகைபாலன் அவர்களை வரவேற்றுத் தங்கள் வீட்டுக்குக் கூட்டிப்போய் மனைவியிடம் அறிமுகம் செய்து வைத்தார்.

“வாங்கோ வாங்கோ” வாய் நிறைய புன்னகையுடன் வரவேற்றாள் செண்பகம்.

"உங்களையும் சிவாவையும் கடைசியா ஒரு இருபது வருடத்துக்கு முதல் பாத்திருப்போம் எண்டு நினைக்கிறேன்" என்று செண்பகம் சொன்னதும், "ஓம் அண்ணி... அப்பதான் செல்வன் பிறந்து ஒரு ஆறேழு மாசம் இருக்கும் எண்டு நினைக்கிறேன்..." என்றாள் புவனா.

"எனக்கு நல்லா ஞாபகம் இருக்குது. உங்கட வீட்டில நண்டுக் குழம்பும், முருக்கங்காய், வெள்ளைக் கறியும் சாப்பிட்டிட்டு போனண்டு இரவுதான் எனக்கு குத்து எழும்பினது இரவிரவாய் நாங்கள் மீசாலையில இருந்து சாவகச்சேரி ஆஸ்பத்திரிக்குப் போய் அடுத்தநாள் காலமையிலையே சுரபி பிறந்திட்டாள்" என்று, தன் நினைவில் நின்ற ஞாபகங்களை எல்லாவற்றையும் ஒரு கோர்வையாக எடுத்து விட்டாள் செண்பகம்.

"ஓ நான் பிறந்ததில இவ்வளவு வரலாறு இருக்கோ. சீ... இவ்வளவு நாளும் எனக்கு இது தெரியாமல் போச்சுது" என்றாள் சுரபி சிரித்தபடி.

"சிவா என்ன ஒரு அருமையான மனிசன்... இப்பிடியெல்லாம் நடக்கும் எண்டு ஆர் கண்டார்... எல்லாம் காலம்தான்!"

சிவாவின் நினைவுகளை மீட்டார் அம்பிகைபாலன். இப்பிடியே மாறிமாறி ஒருவருக்கொருவர் அன்பையும் ஆறுதலையும் பரிமாறிக் கொண்டிருக்க சுமதி ரேணுவையும் நதியையும் கிணற்றடிக்குக் கூட்டிப் போனாள். ஒரு கிழமையாக அலைந்த களை தீர இருவரும் நிறைய அள்ளிக் குளித்தனர்.

சுரபியும் சுமதியும் நதியும் ரேணுவும் கொஞ்ச நேரத்துக் குள்ளேயே நிறைய நாள் பழகியவர்கள்போல அந்நியோன் னியமாகி நிறையக் கதை பேசினர். இரவுச் சாப்பாடு முடிந்த கையோடு கொஞ்சநேரம் யாழ்ப்பாண நிலைமைகள், கிளாலிப் பயணம் பற்றிப் பேசிய பின், "சரி நீங்கள் படுங்கோ நான் வயலுக்குப் போக வேணும்..." என்றபடி அம்பிகைபாலன் சிறு போக வயல் காவலுக்குப் போக வேணும் என்று வெளிக்கிட்டார்.

"அங்கிள் நானும் வரட்டே..." என்று சொல்லிக்கொண்டே செல்வனும் அவருடன் வெளிக்கிட்டான்.

"உங்களுக்கு பழக்கமில்ல தம்பி. காவல் கொட்டில்ல படுகிறது கஸ்ரம்" என்று அம்பிகைபாலன் சொன்னார்.

"அதையும் பழக்கத்தானே வேணும்" என்று சொன்னபடி சாரம் ஒன்றை எடுத்துக்கொண்டு அவர் பின்னே போனான்.

கிடுக்கினால் வேயப்பட்ட முகடு போட்ட ஒரு சிறிய கொட்டிலின் நடுவே மெல்லிய உலுவிந்தம் தடிகளால் வரியப்பட்ட பரண் அதன் மேலே இரண்டு அல்லது மூன்று சாக்குகள் குறுக்காக வெட்டிப் போடப்பட்டிருந்தன. அதற்கும் மேலே ஒரு ஓலைப் பாய் விரிக்கப் பட்டிருந்தது.

பரணுக்கு கிட்டவாக விறகுக் குற்றிகளை வைத்து நெருப்பு மூட்டினார் அம்பிகைபாலன். நெருப்பின் வெக்கையில் குறண்டிக் கொண்டு படுத்திருந்தது ராமா.

ஒவ்வொரு மணித்தியாலத்திற்கு ஒருதடவை அம்பிகைபாலன் ஒரு கையில் டோச் லைட்டை எடுத்துக்கொண்டு இன்னொரு கையில் அரிக்கன் விளக்கைப் பிடித்தபடி வரப்புகளினூடே வயலைச் சுற்றி வந்தார். அவருக்கு இரண்டடி முன்னால் ராமா வழிகாட்டிக் கொண்டிருந்தது.

இரவில் இருந்து காலை வரை இப்படியே பத்துத் தடவைக்கு மேல் வயலைச் சுற்றி வந்திருப்பார். ஒரு தடவை கூட அவர் டோச் லைட்டை அடிக்கவில்லை என்பது அவனுக்கு ஆச்சரியமாக இருந்தது.

அதிகாலை ஐந்து மணியளவில்,

"இனி ஒண்டும் வராது வா தம்பி வீட்ட போவோம்"

துவாயை எடுத்துத் தோளில் போட்டுக் கொண்டு அம்பிகைபாலன் வெளிக்கிட்டார். செல்வனும் மந்திரித்த ஆடுபோல அவரைப் பின்தொடர்ந்து போனான்.

சந்திரன் குளித்துவிட்டுக் கிளிநொச்சிக்குப் போவதற்கு ஆயத்தமாகிக் கொண்டிருந்தார். அடுப்படியில் இருந்து தேத்தண்ணியும் கையுமாக வந்த செண்பகம் சந்திரனுக்குத் தேத்தண்ணியைக் கொடுத்து விட்டு,

"ரெண்டு பேரும் முகம் கழுவீட்டு வாங்கோ தேத்தண்ணி கொண்டுவாறன்" என்று சொல்லியபடி திரும்பவும் அடுப்படிக்குப் போனாள்.

"எங்கே பொம்பிளையள் ஒருத்தரும் இன்னும் எழும்பேல்லை போல" என்று சுற்றும் முற்றும் பார்த்தார் அம்பிகைபாலன்.

"எழும்பட்டுமேன் என்ன அவசரம். இரவு முழுக்க ஒரே கதை... அதுகள் படுக்கேக்கையே சாமம் ஆச்சு" என்று தேத்தண்ணி தம்ளரை வைத்தவாறு சொன்னாள் செண்பகம்.

"சந்திரன் சாப்பிட்டிதோ... போக வெளிக்கிட்டிட்டார் போல" என்று அம்பிகைபாலன் சொல்லிக் கொண்டிருக்கும்போதே, புவனா சாப்பாட்டுத் தட்டுடன் வந்தாள். சாப்பிட்டு முடித்ததும் வாசல்வரை வந்து சந்திரனுக்கு நன்றி சொல்லி அவரை அனுப்பி வைத்தனர் செல்வனும் புவனாவும்.

* * *

ஒருவார முயற்சியில் அம்பிகைபாலனும் செல்வனும் காட்டில் போய்த் தடிகள் வெட்டித் தோட்டக் காணியில் உள்ள மாமரத்துக்கு கிட்டவாக ஒரு அளவான குடியிருக்கக் கூடிய வீட்டைக் கட்டி முடித்தார்கள்.

கட்டிய வீட்டில் நல்லநாள் பார்த்துக் குடி போனபோது,

"கடவுளே! முருகா! இந்த வீட்டிலை எண்டாலும் கொஞ்ச நாளுக்கு நிம்மதியாய் இருக்க வேணும்" என்று கடவுளிடம் வேண்டியபடி பால் காய்ச்சி எடுத்து வந்தாள் புவனா.

நதியின் ஒருவருட உயர்தரப் படிப்புத் தடைப் பட்டுப் போகச் சுரபியின் உதவியால் மீண்டும் உயர்தரப் படிப்பைத் தொடரவென்று, சுரபி முன்னர் நின்று படித்த ஓமந்தை வீட்டுக்கு நதி போய்விட ரேணுவும் புதிய சூழலில் சாதாரண தரப் பள்ளிக்கூடப் படிப்பை மீளவும் தொடங்கியபோது செல்வன் தோட்டம் வயல் என்று ஒரு முழு விவசாயியாக மாறிக் குடும்பத்தைச் சுமக்கத் தொடங்கினான்.

20

"அத்தை... அத்தை" சுரபியின் குரல் கேட்டு வெளியே வந்தான் சீலன்.

"அத்தை எங்கே அத்தான்?"

"அம்மா இல்லை சுரபி. அவா மாடு கண்டு போட்டிருக்கு தெண்டு பாக்கப் பட்டிக்குப் போட்டா. ஏன் வெளியில நிக்கிறாய்... உள்ள வா."

"இல்லை நான் பிறகு வாறன்."

"ஏன்... நான் தனிய நிண்டால் வரக்கூடாது எண்டு ஏதும் சட்டமோ?"

"இல்லையத்தான் எதுக்கும் கொஞ்சம் தூர விலகி இருக்கிறது நல்லதுதானே"

"ஓ... கேள்விப்பட்டனான் யாழ்ப்பாணத்தில இருந்து, ஆரோ மாமான்ர சொந்தக்காரர் வந்திருக்கினம் எண்டு."

"ஓம் அவையள் வந்து ஒரு கிழமை ஆச்சுது. நீயும் ஊரிலதானே இருக்கிறாய். வந்து என்ன ஏதெண்டு ஒருக்கா பாத்திருக்கலாம்தானே."

"அழையாதார் தலைவாசல் மிதியாதே" என்று சொல்லி விட்டுச் சிரித்தான் சீலன்.

"அது அழையாதார் தலைவாசல் இல்லை... மதியாதார் தலைவாசல்."

"ரண்டும் ஒண்டுதான்"

"நானும்தான் உங்கட வீட்டை அடிக்கடி வாறன். அப்ப இதை என்னெண்டு சொல்லுறது?"

"அதுதான் பாக்கத் தெரியுதே. யாழ்ப்பாணத்தாரைக் கண்டாப் பிறகு வீட்டுக்கையே வரமாட்டேன் எண்டு வாசலையே நிக்கிறாய்"

"நானாச்சும் வாசல் வரையெண்டாலும் வாறன். நீ அதுவும் இல்லையே அத்தான்" என்று சுரபி சொல்லிக் கொண்டிருக்கும்போதே,

"வா சுரபி... என்ன, இந்தப்பக்கம் காத்து அடிச்சிருக்கு. உள்ளை வா!"

பால்சொம்புடன் வந்தாள் கோமளம்.

"இல்ல அத்தை கன நாள் ஆச்சுது உங்களைப் பாத்து அதுதான் ஒருக்கா எட்டிப் பாத்திட்டுப் போவோம் எண்டு வந்தனான்"

"அதுவும் சரிதான், நீயெண்டாலும் சொந்தம் பந்தம் எண்டு தேடி வாறாய் ஆனால் கொம்மா இந்தப் பக்கம் எட்டிக் கூடப் பாக்கிறதில்லை. முந்தி வந்த செவியைப் பிந்தி வந்த கொம்பு மறைக்குமாம்" என்று சொல்லிக்கொண்டே கடும்புப் பாலைச் சட்டியில் ஊற்றிச் சுண்டக் காய்ச்சி வறுத்து வாழையிலையில் போட்டுச் சுரபியிடம் நீட்டினாள்.

"ஆ... நல்ல ருசியா இருக்கு அத்தை, கன காலத்துக்குப் பிறகு கடும்பு சாப்பிடுறேன். வாவ்... என்ன ருசி!"

மிகவும் ரசித்துச் சாப்பிட்டாள் சுரபி.

"அதுசரி நான் கேள்விப்பட்டதெல்லாம் உண்மையோ" என்ற கோமளத்தையே விறைத்தபடி பார்த்த சுரபி, "எதைச் சொல்லுறிங்கள் அத்தை..?" என்று புருவத்தை உயர்த்தியபடி கேட்டாள்.

"அப்ப கனக்க விசயம் இருக்குது போல..."

"இல்ல அத்தை. உண்மையிலயே எனக்கு என்னெண்டு விளங்கேல்லை."

'இல்லை... நீ இருக்கச் சுமதிக்கு வெளிநாட்டில கலியாணம் பேசியிருக்கினம் எண்டு அறிஞ்சனான்."

"ஓ அதுவோ... அது பெரிய கதை அத்தை. அது, அப்பான்ரை ஆரோ மீசாலைச் சொந்தக்காரர் இப்ப வவுனியாவில இருக்கினமாம். லண்டனில இருக்கிற தங்கட பெடியனுக்கு என்னைக் கலியாணம் செய்யக் கேட்டவையாம் நான் வெளிநாட்டுக்குப் போக மாட்டேன் எண்டு சொல்லிட்டேன் அதால இப்ப சுமதியைக் கேட்டுப் பேச்சுவார்த்தையில இருக்குது.

"அப்ப, எப்ப கலியாணம்?"

"எனக்கு இதுக்கு மேல ஒண்டும் தெரியாது அத்தை. அப்பா அவையளுக்குக் கடிதம் போட்டிருக்கிறார். பதில் வந்தால்தான் தெரியும்" என்று சொன்னவள், "நான் போகவேணும்" என்று எழும்பினாள்.

"எங்கே போற? இரு சுரபி. இருந்து சாப்பிட்டிட்டு போ."

"இல்லையத்தை, நான் போட்டு இன்னொரு நாளைக்கு வாறன்" என்றவளைப் பார்த்து,

"சரி, இஞ்சாலையும் இடைக்கிடை என்ன ஏதெண்டு எட்டிப் பாத்திட்டுப் போ."

"ஓம் அத்தை" என்று சொல்லிவிட்டுச் சுரபி வெளிக்கிட்டதும் சமையல் வேலையில் மூழ்கத் தொடங்கினாள் கோமளம்.

வேலி ஓரமாய் நின்ற கமுக மரத்தில் சைக்கிளைச் சாத்திவிட்டு வந்த வேலாயுதம் வெளியே வந்த சுரபியைப் பார்த்து,

"என்ன மோனே எப்ப வந்தனி" என்றார்.

"நான் வந்து கன நேரம் ஆச்சுது மாமா. போட்டு இன்னொரு நாளைக்கு வாறன்" என்றாள்.

"என்ன அவசரம் இருந்து சாப்பிட்டிட்டு போவேன்."

"இல்லை மாமா. அத்தை கடும்பு காய்ச்சித் தந்தவா. கனக்கச் சாப்பிட்டுட்டேன். இன்னொரு நாளைக்கு வாறன்" என்று சொல்லி படலையைச் சாத்திவிட்டு நடந்தாள்.

"என்ன மருமோள் வந்திட்டுப் போறாள் போல கிடக்கு" சொல்லிக் கொண்டு அடுப்படிக்குள் வந்தார் வேலாயுதம்.

"மருமோள் எண்டு சொல்லாதையுங்கோ எண்டு உங்களுக்கு எத்தின நாள் சொல்லிட்டேன்" கொஞ்சம் கடுமையான தொனியில் திட்டினாள் கோமளம்.

"சரி விடு... என்னவாம் கன நாளைக்குப் பிறகு இந்தப்பக்கம் காத்து அடிச்சிருக்கு."

"அத அவளிட்டதான் கேக்க வேணும்" என்றாள் மீண்டும் கடுப்பாக.

"அவள் அத்தான்காரனைப் பாக்க வந்திருப்பள்போல" என்ற வேலாயுதத்தை மறித்து, "இதப் பாருங்கோ என்ர உயிர் இருக்கிற வரைக்கும் உங்கட நினைப்பு நடக்காது பாருங்கோ" என்றாள் கோமளம் கோபம் தலைக்கேறியவளாய்.

"நான் இப்ப என்ன சொல்லிட்டேன் எண்டு குதிக்கிறாய்?" என்றவரைப் பார்த்து,

'இனி எனக்கு உங்கட ஆக்களும் வேண்டாம் ஒண்டும் வேண்டாம் எண்டுதானே விட்டனான். என்ரை பிள்ளைக்கு எங்கே கலியாணம் செய்ய வேணும் எண்டு எனக்குத் தெரியும். உங்கட சொந்தத்த உங்களோட வைச்சுக் கொள்ளுங்கோ சொல்லிட்டேன்."

மிளகாய்த் தூளை அள்ளி கறிக்குள் போட்டவள், மூடியை இறுக்க மூடி, தூள் டப்பாவைத் தூக்கி, 'டமார்' என்று கீழே வைத்தாள்.

இதுக்கு மேலயும் அடுப்படியில் நிற்பது ஆரோக்கியமல்ல என்பதை உணர்ந்த வேலாயுதம், மறுபேச்சின்றி வெளியே போய் வராந்தாவில் உள்ள சாக்குக் கட்டிலில் படுத்தார்.

21

கனநாள் தோட்டம் செய்யாமல் காடு பத்தியிருந்த தோட்டக் காணியில் இருந்த மிச்ச சொச்ச மந்துகளை வெட்டிச் சீராக்கிப் பின்பக்கக் காணி எல்லையில் கொப்புனேரி போட்டுக் கொண்டிருந்தான் செல்வன்.

காட்டுக் கத்தியை அவன் சுழற்றி வேகத்திலும் ஓங்கி வெட்டிய விதத்திலும் தெரிந்தது அவன் வன்னிக்குப் புதிய வரவென்பது.

தோட்டக் கிணற்றில் மூன்றாள் உயரத்துக்கு மேல் நீர் நிறைந்திருந்தது. கிணற்றுக்குப் பின் பக்கம் உள்ள மானாவாரிக் காணியில் அரைவாசியைப் பிடித்து அம்பிகைபாலன் உளுந்து போட்டிருந்தார். கிணற்றுக்கு அருகில் இருந்த தோட்டக் காணியைச் செல்வனுக்குத் தோட்டம் செய்யக் கொடுத்திருந்தார்.

இரண்டு மாதங்களுக்குள் மிளகாயும் கத்தரியும் சடைத்து வளர்ந்திருந்தது. ஊடு பயிராக நட்டிருந்த வெங்காயம் பெருத்து நல்ல விளைச்சலைத் தந்த போது அவனுக்கு அளவில்லா மகிழ்ச்சி. வெங்காயத்தைப் புடுங்கிய பின் தோட்டத்தைச் சாறிப் பாத்தி கட்டினான். நன்றி சொல்லி, அம்பிகைபாலனின் நீர் இறைக்கும் இயந்திரத்தைத் திருப்பிக் கொடுத்துவிட்டுத் தன் முதல் முயற்சியில் வெற்றி பெற்ற பணத்தில் ஒரு நீர் இறைக்கும் இயந்திரம் வாங்கியிருந்தான்.

காட்டுக்கத்தியைத் தூக்கிப் போட்டு விட்டுத் தண்ணீர்ப் போத்தலில் இருந்த தண்ணீரை மடக்குமடக்கென்று குடித்தனவன்

போத்தலைக் கீழே வைத்துவிட்டு நிமிர்ந்தபோது, தூரத்தில் உளுந்துப் புலவுக்கால் சுரபி நடந்து வருவது தெரிந்தது. வாயில் முற்றிய உளுந்தை வைத்து அரைத்துத் தின்றபடி கிட்ட வந்தாள் சுரபி.

வந்த நாளில் இருந்து இதுவரைக்கும் அவன் சுரபியுடன் பேசச் சந்தர்ப்பம் கிடைக்கவில்லை. முதல் உரையாடலில் என்ன பேசுவது என்று கூடப் புரியவில்லை.

"வாங்கோ சுரபி என்ன இந்தப் பக்கம்" என்றான்.

"வாவ்... உங்களுக்கு என்ர பெயர் தெரிஞ்சிருக்குது" என்றவளைப் பார்த்துச் சிரித்து விட்டு,

"இண்டைக்குத்தான் உங்களை முதல் முறையாய்த் தோட்டத்தில பாக்கிறேன்" என்றான்.

"ஓம் நான் தோட்டத்துக்கு வாறதே இல்லை. ஏ.எல்' படிக்கிற காலத்தில ஓமந்தையில நிண்டுதான் படிச்சனான். இப்பதான் கொஞ்சம் கொஞ்சமாய்த் தோட்டப்பக்கம் வரத் தொடங்கியிருக்கிறேன்"

"அ... சரி..."

அவள் சொல்வதைக் கேட்டபடியே காட்டுக்கத்தியைத் தூக்கினான் செல்வன்.

"நீங்கள் வேலை செய்யிறதை நான் குழம்பிட்டேனோ"

"இல்லை இல்லை"

திரும்பவும் கத்தியைக் கீழே போட்டு விட்டு, "சொல்லுங்கோ" என்றான்.

"உங்களுக்கும் நல்லாய் கதைக்க வருது. நீங்கள் கதைக்க மாட்டியள் எண்டெல்லோ நினைச்சனான்.

சுரபி கிண்டலாகச் சொன்னதும் பதிலுக்குச் சிரித்து விட்டு, "அம்மா வீட்டிலதான் இருக்கிறா உள்ள போங்கோ" என்றான்.

"எப்பிடி இருக்குது வன்னி?" என்ற சுரபியை நிமிர்ந்து பார்த்து, வந்தாரை வாழ வைக்குது" என்றான் கையால் தோட்டத்தைச் சுட்டிக் காட்டியபடி!

"எது பிடிச்சிருக்குது... நவ்வியோ அல்லது உங்கடை ஊரோ?" என்றாள் மறுபடியும்.

"எண்டைக்கும் தமிழுக்குத்தான் முதலிடம். நவ்வி நல்ல தமிழ் பெயர். நாங்கள் குப்பிளான் மட்டுவில் எண்டு எல்லா இடத்திலையும் இருந்தனாங்கள். இந்த மண்ணும் குப்பிளான் மண் மாரித் தோட்டத்துக்கு நல்ல மண்" என்றான்.

"ஓம் நவ்வி என்றால் மான் எண்டு ஒரு பொருள் இருக்குது கம்பராமாயணத்தில நான் படிச்சனான். இஞ்ச நிறைய மான் இருக்கு" என்றவளைப் பார்த்து,

"ஓ... நீங்கள்..?"

"அஞ்சு அடுத்த அமளி, அலத்தகப்

பஞ்சு அடுத்த பரிபுரப் பல்லவ

நஞ்சு அடுத்த நயனியர், நவ்வியின்

துஞ்ச, அத்தனை மைந்தரும் துஞ்சினார்

இந்தப் பாட்டைத்தானே சொல்லுறீங்கள். என்ன ஒரு அருமையான பாட்டு!" என்றவனை அப்படியே வைத்தகண் வாங்காமல் பார்த்தவள்,

"எப்பிடி உங்களுக்கு உதெல்லாம் தெரியும்?" என்றாள் வியப்பாக.

"இது மட்டுமில்லை கலிங்கத்துப் பரணியிலயும் நவ்வி பற்றி ஒரு பாட்டு இருக்குது.

தீயின் வாயின் நீர் பெறினும் உண்பதோர்

சிந்தைகூர வாய்வெந் துலர்ந்துசெந்

நாயின் வாயின்நீர் தன்னை நீர்எனா

நவ்வி நாவினால் நக்கி விக்குமே

இதுதான் அந்தப் பாட்டு. இதைவிடத் தொல்காப்பி யத்திலையும், புறநானூறிலையும் நவ்வி எண்ட சொல்லு மானைக் குறிச்சு வருது" அவனையே வைத்தகண் வாங்காமல் பார்த்துக்கொண்டிருந்த சுரபி,

"ஐயோ எப்பிடி இதெல்லாம் தெரியும் எண்டு சொல்லுங்கோ... தலையே வெடிச்சிடும் போல கிடக்குது" என்றாள்.

"நான் ஏ.எல். தமிழில படிச்சனான்."

“நீங்கள் தோட்டம் செய்யிறத பாத்திட்டுக் கனக்கப் படிக்காதவர் எண்டு நினைச்சிட்டேன். என்னை மன்னியுங்கோ. நானும் ஏ.எல்.இல தமிழ்தான் படிச்சனான் ஆனால் எனக்கு ஒரு பாட்டும் நினைவில்லை. என்னதான் இருந்தாலும் பாட்டெல்லாம் ஞாபகம் வைச்சிருக்க ஒரு டேலன்ட் வேணும். உண்மையிலயே உங்களுக்கு நல்ல ஞாபக சக்திதான்” என்றாள்.

“நன்றி... அவ்வளவுக்கு நான் ஒண்டும் கெட்டிக்காரன் இல்லை. தோட்டமும் ஒரு கலைதான். நான் என்னதான் ஏ.எல். படிச்சாலும் பாஸ் பண்ணேல்லை” என்றவனைப் பார்த்து,

“எல்லாரும் பாஸ் பண்ணினால் கம்பஸ் தாங்காது. அதாலைதான் நானும் ஏ.எல் பெயில்” என்றாள் சிரித்தபடி.

“நாங்கள் எல்லாரும் ஏ.எல் பாஸ்தான், என்ன ஒண்டு கம்பசுக்கு கிடைக்கேல்லை... அவ்வளவுதான்” என்றான் இயல்பாக.

“வாங்கோ சுரபி எப்ப வந்தனீங்கள்?” தேத்தண்ணிக் கேத்திலுடன் வந்தாள் புவனா.

“நான் வந்து கனநேரம் ஆச்சுது அன்ரி”

“அப்ப ஏன் வீட்டை வரேல்ல உள்ள வந்திருக்கலாம்தானே?”

“இல்லை அன்ரி வெளியில நிண்டதாலதான் உங்கட மகனின்ர தமிழ்ப் புலமை பற்றித் தெரிஞ்சது. என்ன ஒரு தமிழ் அறிவு அன்ரி. எப்பிடித்தான் எல்லாப் பாட்டையும் நினைவில் வைச்சிருக்கிறாரோ தெரியேல்லை”

“அவன் நல்ல கெட்டிக்காரன் பிள்ள. பாவம் சின்ன வயசிலையே தேப்பன் இல்லாமல் தங்கச்சிமாரையும் என்னையும் பாக்கவெண்டு தன்ர படிப்பைத் தொலைச்சிட்டுது” என்றாள் கவலையாக.

“உங்களோட கதைச்சுக்கொண்டு நிண்டதில நேரம் போனது கூடத் தெரியேல்லை. ஐயோ, நான் போக வேணும்” சுரபி வெளிக்கிட,

“ஒரு மிடறு தேத்தண்ணி குடிச்சிட்டுப் போ பிள்ளை” என்றாள் புவனா.

பேச்சைத் தட்ட முடியாமல் ‘மடமட’வென்று நின்றபடி தேத்தண்ணியைக் குடித்துவிட்டு வீடு நோக்கி விரைந்தாள்.

22

ஏ.எல். பரீட்சை முடிந்த நாளில் இருந்து வீட்டிலேயே தங்கிவிட்டாள் நதி. அவளுக்குப் பல்கலைக்கழக அனுமதி கிடைக்கவில்லை என்பதில் வருத்தம் இருந்தாலும்... இந்த யுத்த நெருக்கடியில் அவளைத் தனியாக பல்கலைக்கழகத்துக்கு அனுப்ப புவனாவுக்கு விருப்பமில்லை.

இருந்தாலும், தான் இன்னொரு முறை பரீட்சை எழுதப்போவதாக, விடாப்பிடியாக வீட்டில் இருந்தவாறே படித்துக்கொண்டிருக்கிறாள் நதி. சாதாரண தரத்தில் சித்தியடைந்த ரேணு, ஓமந்தையில் நதி நின்று படித்த அதே வீட்டில் தங்கிப் படித்துக்கொண்டிருந்தாள்.

அன்று செவ்வாய்க்கிழமை. வரப்போற பரீட்சைக்குத் தயாராவதற்கென்று பள்ளிக்கூடத்தில் விடுமுறை விட்டிருந்தார்கள். அதிகாலையிலேயே எழும்பிப் படித்துக்கொண்டிருந்தாள் ரேணு.

அதிகாலையில் இருந்தே வவுனியா போகும் ஒன்றிரண்டு கொன்வே வாகனங்கள் வீதியாற் சென்றுகொண்டிருந்தன. திடீரென்று வவுனியாப் பக்கம் இருந்து கண்டபடி செல் அடி தொடங்கினான். நவ்விக்கு வந்த இந்த இரண்டு வருடங்களில் எந்த ஒரு வெடிச் சத்தமும் இல்லாமல் இருந்தவளுக்கு என்ன ஏதென்று விளங்குவதற்குள் ஓமந்தையின் எல்லாப் பகுதிகளிலும் எறிகணைகள் விழுந்து வெடிக்கத் தொடங்கின.

"ஐயோ... ஓடுங்கோ நாம்பன் குளத்தில இருந்தும் நொச்சி மோட்டையில ஆமி முன்னேறுறானாம்"

கூக்குரல் இட்டபடி வாகனங்களிலும் கால்நடையாகவும் மக்கள் சிதறி ஓடிக்கொண்டிருந்தனர்.

"ரேணு... இதுக்கு மேலயும் இஞ்சை இருக்கிறது நல்லாய் பட்டல்லே. கெதியாய் உன்ர எல்லாத்தையும் எடுத்துப் பையில போடு!"

கயல்விழி சொல்லியபடியே தன்னுடைய பொருட்கள் எல்லாவற்றையும் அள்ளிப் பையில் போட்டு சைக்கிளில் கட்டினாள். சாதாரண தரத்தில் இருந்து ஓமந்தை மத்திய கல்லூரியில் படிக்கிறாள் கயல். சுரபியையும் நதியையும் நன்கு அறிந்தவள் ரேணுவைவிட ஒரு வயது மூத்தவள். படிப்பில் மட்டுமன்றி விளையாட்டு பேச்சுப் போட்டி என்று பலதரப்பட்ட திறன்களைத் தன்னகத்தே கொண்டவள். அதனால்தான் இன்று இந்தப் பெரிய கல்லூரியின் மாணவர் தலைவியாக இருக்கிறாள்.

"சரி அக்கா" என்று சொல்லியபடி புத்தகங்களை அள்ளி பையில் நிறைத்து தோளில் போட்டுக்கொண்டு உடுப்புப் பையை எடுத்து சைக்கிள் கரியரில் வைத்து இறுக்கக் கட்டி இருவரும் தங்கள் தங்கள் சைக்கிள்களை எடுத்துக்கொண்டு பின்பக்கக் கிரவல் பாதையால் ஓடத் தொடங்கினர். ஓமந்தை இறம்பைக்குளம் சந்தியை அடைந்ததும், மூன்று முறிப்புக்குப் போகும் பாதையைச் சுட்டிக் காட்டியபடி,

"அக்கா நான் இதாலை நவ்விக்குப் போறேன். நீங்கள் கவனமாய் போங்கோ" என்றாள் ரேணு.

"இல்லை ரேணு... அங்காலை கொந்தக்காரன்குளம் பக்கம் தான் நிறையச் செல் விழுற சத்தம் கேக்குது. நீ என்னோட அனந்தர் புளியங்குளத்துக்கு வா. பிறகு அங்கையிருந்து புதூர் வழியா அல்லது கனகராயன் குளம் வழியா உள் பாதையாலை அப்பாவைக் கூட்டிக்கொண்டு போவோம்"

எறிகணைச் சத்தம் இடைவிடாமல் கேட்டுக்கொண்டே இருந்தது. சில எறிகணைகள் கிட்ட விழுந்து வெடிக்கத் தொடங்கின. இடையிடையே துப்பாக்கிச் சண்டை நடப்பதற்கான அறிகுறிகளும் தெரிந்தது. அவளுக்குக் கயல் சொன்னது எதுவுமே காதில் விழவில்லை.

“என்னக்கா... என்ன சொன்னீங்கள்?” என்றாள் மறுபடியும்.

“................”

“என்னக்கா..?”

“வா... கெதியா வா!” என்று கத்தினாள் கயல்.

“அக்கா இந்தச் சத்தத்தைக் கேட்டு அம்மா பயப்பிடுவா. எனக்கென்னவோ நாங்கள் ரெண்டு பேரும் தனித் தனியப் போறதுதான் சரி எண்டு படுது.”

“நான் சொல்லுறேன் என்னோட வா. என்னை நம்பித்தான் உன்னை விட்டவை, உன்னைத் தனிய விடேலாது. இது கதைக்கிற நேரமில்லை. எனக்குப் பின்னாலை வா” என்று சொல்லிக்கொண்டே அனந்தர் புளியங்குளம் நோக்கி சைக்கிளை மிதிக்கத் தொடங்கினாள் கயல்.

“சரி அக்கா” என்றபடி ரேணுவும் அவளைப் பின் தொடர்ந்தாள்.

* * *

காலையில் இருந்தே ஓமந்தைப் பக்கம் கேட்ட வெடிச் சத்தம் அவளை ஏதோ செய்தது. புவனாவால் எதுவும் செய்ய முடியவில்லை. நேரம் செல்லச் செல்லத் தூரத்தில் இருந்து சனம் நவ்வியை நோக்கி இடம் பெயர்ந்து வரத் தொடங்கினார்கள். ரேணுவைத் தேடி ஓமந்தைக்குப் போன செல்வன் இன்னும் திரும்பி வரவில்லை என்பது அவளுக்குள் கூடுதல் பயத்தை ஏற்படுத்தியிருந்தது.

“சனமெல்லாம் கனக்க வருதுகள்... என்ன நதி செய்யிறது. இன்னும் ரேணு வரேல்லை. தேடிப் போன கொண்ணனையும் காணேல்லை. எனக்கு ஒரே பயமாய் இருக்குது” என்று புவனா புலம்பிக்கொண்டிருந்தாள்.

“பொறுங்கோ அம்மா, அவள் கயலோடதானே நிண்டவள் அவளுக்கு எல்லாக் குச்சொழுங்கையும் தெரியும். எப்பிடியெண்டாலும் பாதுகாப்பாய் கூட்டி வருவள்.”

“அதுக்குக் கூட்டிவரப் போன கொண்ணனையும் காணேல்லையே!”

“அவன் கண்டால்தானே கூட்டி வாறதுக்கு. சிலநேரம் அவையள் மற்றப் பக்கத்தால புளியங்குளம் பக்கம் ஓடியிருந்தால் என்ன செய்யிறது?”

“நீ சொல்லுறதும் சரிதான். அவளைக் காணேல்லை எண்டால் இவன் எண்டாலும் வரலாம்தானே?”

“தனிய வந்தால் நீங்கள் கவலைப் படுவியள் எண்டு நிண்டு பாக்கிறான் போல.”

“எதுக்கும் அம்பி அண்ணாவைப் போய்ப் பாத்திட்டு என்ன ஏதெண்டு விசாரிச்சு வரட்டே...” என்று அவள் சொல்லிக் கொண்டிருக்கும்போதே சுமதியும் அம்பிகைபாலனும் வந்து சேர்ந்தனர்.

“என்னடி தங்கச்சி இன்னும் வரேல்லையேடி!” என்று சுமதி நதியைப் பார்த்துக் கேட்டதும்,

“இல்லையடி அவளைப் பாக்காப் போன அண்ணாவையும் இன்னும் காணேல்லை” என்றாள் நதி.

“செல் விழுற சத்தத்தைப் பாத்தால் இஞ்சாலை பூவரசன்குளம் காட்டுப் பக்கம்தான் விழுந்து வெடிக்குது போல இருக்கு. இன்னும் ஊருக்குள்ள விழத் தொடங்கேல்லை எண்டு நினைக்கிறேன். ஒரு சில செல்லுகள் வயலுக்குள்ளயும் விழுந்து வெடிச்சதாய் கேள்விப்பட்டேன். நினைக்கிற அளவுக்குப் பயமில்லை. வந்திடுவினம் கவலைப்படாதையுங்கோ” என்று அம்பிகை பாலன் சொன்னதும் கண்களைக் கசக்கியபடி,

“இல்லை அண்ணா காலமையில இருந்து இன்னும் ஒரு முடிவும் தெரியேல்லை அதுதான் பயமாய் இருக்கு!” என்றாள் புவனா.

“ஏதோ, ஜெயசிக்குறு படை நடவடிக்கையாம் இப்பதான் இலங்கைச் செய்தியில சொன்னவங்கள். எதுக்கும் பின்னேரம் வரையும் பாப்போம். அப்பிடியில்லை எண்டால் நான் ஒருக்கால் புதூர்ப் பக்கத்தால போய்ப் பாத்திட்டு வாறன்” என்று அம்பிகைபாலன் சொன்னதும் அவரைத் தடுத்தாள் நதி.

“சும்மா இருங்கோ அங்கிள் இந்த இக்கட்டான நேரத்தில நீங்களும் போக வேண்டாம். அம்மா இப்பிடித்தான். எதுக்கும் கொஞ்ச நேரம் பொறுத்துப் பாப்போம். அண்ணா ரேணுவைக் கூட்டிக் கொண்டு வந்திடுவான் எண்டு என்ர மனம் சொல்லுது. இல்லையெண்டால் அவள் கயலோட அனந்தர் புளியங்குளம் போயிருப்பாள் எண்டு நினைக்கிறேன்.”

"நீ சொல்லுறதுதான் சரியாய் இருக்கும் நதி. எதுக்கும் நான் ஒருக்கா வீட்டை போட்டுக் கொஞ்சம் கழிச்சு வாறன் சுமதி நீ கொஞ்சநேரம் துணைக்கு இஞ்சை இரு" என்று சொல்லி விட்டுச் சைக்கிளை எடுத்துக் கொண்டு வீடு நோக்கிப் போனார்.

* * *

பூவரசன்குளப் பக்கம் செல்லடி அகோரமாக இருந்ததால் செல்வனால் மகிழங்குளத்தைத் தாண்டிப் போகமுடியவில்லை. மத்தியானத்தைத் தாண்டியும் ரேணு வராததைக் கண்ட செல்வன் என்ன செய்வது எனத் தெரியாமல் திகைத்துப் போய் நின்றான். ஓடி வருபவர்களிடம் விசாரித்தும் எந்தப் பலனும் இல்லை. நேரம் போகப் போக இதுக்கு மேலேயும் தாமதிப்பது அவனுக்குச் சரியாகப் படவில்லை.

ரேணு இல்லாமல் மகிழங்குளத்தில் இருந்து திரும்பி வரவும் அவனுக்கு விருப்பமில்லை. நேராகச் சைக்கிளை எடுத்துக்கொண்டு கோழியகுளம் நோக்கி மிதித்தான்.

"தம்பி அங்காலை செல் விழுகுது போகாதைங்கோ"

எதிரில் ஓடி வந்தவர்கள் எவ்வளவு சொல்லியும் கேட்காமல் செல்விழும் திசையை நோக்கிப் போனான். கோழியகுளம் கழிந்ததும் இடது பக்கத்தில் உள்ள ஒரு குச்சொழுங்கையால் நிறையச் சனம் போவதைக் கண்டான். வேறு வழியின்றித் தானும் சைக்கிளைத் திருப்பி அவர்களைப் பின்தொடர்ந்தான்.

ஒரு இருபது நிமிடங்களில் விளக்கு வைத்த குளம் கழிந்து பன்றிக்கெய்த குளத்துக்குக் கிட்டவாக வந்து ஏறியபோதுதான் இப்படி ஒரு குறுக்குப் பாதை இருப்பதே அவனுக்குத் தெரிய வந்தது. சைக்கிளை நேராக அனந்தர் புளியங்குளம் நோக்கி மிதித்தான். வாழ்நாளில் அப்பிடி ஒரு மரண வேகத்தில் அவன் சைக்கிள் ஓடியதே இல்லை. ஒரு முக்கால் மணித்திலாலத்துக்குள் கயல் வீட்டு வாசலில் வந்து நின்றான்.

"வாங்கோ தம்பி... இப்பதான் நான் ரேணுவைக் கூட்டிக்கொண்டு உங்களிட்ட வர வெளிக்கிடுறேன். அதுக்குள்ள நீங்கள் வந்திடியள். ரேணு ஆர் வந்திருக்கிறது எண்டு பார்"

கயலின் அப்பா வீட்டுக்குள் தலையை நீட்டிச் சொன்னதும், "அண்ணா..!" என்று கத்தியவள், 'ஓ'வென்று அழத்தொடங்கினாள்.

தியா | 93

"அழாதை, அதுதான் கயல் பக்குவமாய் கூட்டி வந்திட்டா தானே. இதெல்லாம் நாங்கள் பாக்காததே அழாதை" என்று ரேணுவைச் சமாதானப் படுத்திய பின், "சரி எல்லாரிட்டையும் சொல்லிட்டு வா. அங்க அம்மா என்ன பாடோ தெரியாது" என்றான்.

"தம்பி, உள்ள வாங்கோ. ஒரு பேணி தேத்தண்ணி குடிச்சிட்டுப் போங்கோ. சரியாக் களைச்சுப் போனாள். உள்ள வாங்கோ" என்று சொல்லிக் கொண்டு வெளியே வந்தார் கயலின் அம்மா.

"இல்லை அம்மா, கொஞ்சம் தண்ணி மட்டும் தாங்கோ. நான் ரேணுவைக் கூட்டிக்கொண்டு இருட்டிறதுக்குள்ள வீட்டை போகவேணும். விளக்கு வைத்த குளத்தாலை போகேலாது சுத்துப் பாதையாலதான் போக வேணும்" என்றவன் தண்ணியை வாங்கிக் குடித்து விட்டு, ரேணுவின் பைகள் இரண்டையும் வாங்கித் தன் சைக்கிள் கரியரில் வைத்துக் கட்டி விட்டுக் கயலுக்கும் மற்றவர்களுக்கும் நன்றி சொல்லிய பின் வெளிக்கிட்டார்கள்.

* * *

சாப்பாடு எடுத்துக்கொண்டு அம்பிகைபாலனும் செண்பகமும் புவனாவின் வீட்டுக்கு வந்து சேர்ந்தபோது நேரம் மாலை நான்கு மணியை நெருங்கிக் கொண்டிருந்தது.

வீதிக்கு வீட்டுக்கும் மாறிமாறி நடந்து களைத்துப்போய் முற்றத்தில் நின்ற மாமரத்தில் சாய்ந்தபடி உக்கார்ந்திருந்தாள் புவனா.

"அண்ணா இன்னும் என்ர புள்ளையள் வரேல்லை ஐயோ நான் என்ன செய்ய... என்ர புள்ளையளுக்கு என்ன நடந்ததோ தெரியாது" என்று பெருத்த குரலில் அழத் தொடங்கினாள். இதுவரை நேரமும் சற்று உறுதியாக இருந்த நதியும் இப்போது நம்பிக்கை இழந்தவளாக விம்மத் தொடங்கினாள்.

"அது ஒண்டும் இல்லை. பிள்ளையளுக்கு ஒண்டும் நடக்க முருகன் விடமாட்டார். நீங்கள் பயப்பிடுற மாதிரி ஒண்டும் இல்லை. இந்தத் தேத்தண்ணியைக் குடியுங்கோ. காலமையில இருந்து ஒண்டுமில்லாமல் இருக்கிறியள்" என்று இருவருக்கும் தேத்தண்ணியை ஊற்றிக் கொடுத்தாள் செண்பகம்.

* * *

ரேணுவுக்குக் காட்டுப்பாதை பயத்தைத் தந்தது. கனகராயன் குளம் வழியாக கொம்பு வைத்த குளத்தை அடையும் வரை எந்த ஒரு சன சந்தடியும் இல்லாமல் கிறவள் வீதி வெறிச்சோடிப்போய் இருந்தது. மூன்று முறிப்பை அடைந்த போது நேரம் நாலு நாலரையை நெருங்கியிருந்தது. அங்கிருந்து திரும்பிக் குஞ்சுக்குளம் வழியாக நவ்வியை நெருங்கியபோது ஓமந்தைப் பக்கம் இருந்து இடம் பெயர்ந்து வந்த சனத்தால் பாதை நிரம்பி வழிந்து கொண்டிருந்தது.

மாலை ஐந்தரை மணியளவில், ஒருவாறாக வீட்டை அடைந்த போது, "கடவுளே பிள்ளையாரப்பா. தாயே அம்மாளாச்சி. அப்பனே முருகா. என்ர பிள்ளையளை நல்லபடியா என்னட்ட கொண்டந்து செத்திட்டியள்" என்று ஆனந்தக் கண்ணீரில் அபிஷேகம் செய்தாள் புவனா

"உண்மையில நீங்கள் கயல் அக்காவுக்குத்தான் நன்றி சொல்ல வேணும் அவாதான் என்னைக் கவனமாய்த் தன்னோட கூட்டிக் கொண்டு போனவா" என்று ரேணு தாயைக் கட்டிப் பிடித்து அழுதாள்.

"இனி எல்லாரும் வந்தாச்சுத்தானே... காலமையில இருந்து அழுது காளைச்சது போதும் முகங்காலைக் கழுவிட்டுச் சாப்பிடுங்கோ" என்றாள் செண்பகம்.

"அன்ரியும் அங்கிளும்தான் பாவம். இவ்வளவு நேரமும் அம்மாவைப் பக்கத்தில இருந்து ஆறுதல் சொன்னதுக்கு நன்றி. உங்களுக்குத்தான் நாங்கள் நிறையக் கஸ்ரத்தைத் தாறோம்" என்று சொல்லிக்கொண்டே சாப்பிட்டுத் தட்டை எடுத்துச் சாப்பிடத் தொடங்கினான் செல்வன்.

"இதில என்ன இருக்குது. இக்கட்டில உதவுறதுதானே மனிதப் பண்பு. எங்களுக்கு ஒண்டெண்டால் நீங்கள் விடுவிங்களே. சரி உதுகளை விட்டிட்டு நீங்கள் எல்லாரும் சாப்பிடுங்கோ. இருட்டிட்டுது நாங்களும் வீட்டை போகவேணும் அங்க சுரபி தனிய" என்று சொல்லிக்கொண்டே அம்பிகைபாலன் வெளிக்கிடச் செண்பகமும் சுமதியும் கூடவே விடைபெற்றுச் சென்றனர்.

23

ஐப்பசியிலேயே நல்ல மழை பெய்து குளம் நிறையத் தொடங்கியிருந்தது. நவ்விக்கு வந்த புதிதில் ஒரு ஏக்கர், ரெண்டு ஏக்கர் என்று விதைத்த செல்வன், இந்தமுறை ஐந்து ஏக்கர் வயல் விதைக்க முடிவு செய்திருந்தான். ஏற்கெனவே புரட்டாசியில் விதைச்ச இரண்டு ஏக்கர் மானாவாரிக் காணி இப்போது பயிராகி நிமிர்ந்து நின்றது.

கேட்டிக்கம்பைச் சுழற்றியபடி காளைகளை விரட்டிக் கொண்டிருந்தான் செல்வன். அவனுக்கு முன்னே மாவெள்ளைக் காளையும், சிவலைக் காளையும் வாயில் இருந்து நுரைதள்ள உழவுச்சாலைச் சுற்றிச்சுற்றி வந்தன.

தலைக்கு மேலே என்னதான் வெயில் சுட்டெரித்தாலும் காலுக்கடியில் தண்ணீருக்குள் நின்று வேலை செய்வதில் ஒரு சுவாரசியம் இருக்கத்தான் செய்தது. சேற்றில் புரண்டெழும்பி, சேற்றில் வாழ்ந்து, சேற்றில் வரப்பு வெட்டி, சேற்றிலே வயல் செய்து, அறுவடை செய்யும் வித்தையை இரண்டு வருடங்களில் மிகவும் நேர்த்தியாகக் கற்றிருந்தான் செல்வன்.

ஒன்றுக்கு மேற்பட்ட பலர் கூடித் தங்கள் வயலை உழுத பின்னர், அடுத்தவர் வயல், அதன் பின்னர் மற்றவர் வயல் என மாறிமாறி உழுவார்கள். அதுபோலவே அருவி வெட்டும் போதும் கூடி ஒருவருக்கொருவர் ஒத்தாசையாகச் செய்வார்கள். இப்படியாகச் சம்பளமே இல்லாமல் ஒருவருக்கொருவர்

ஒத்தாசையாகக் கூடி விதைப்பதை பரத்தை உழவு என்றனர். அதுபோலத்தான் பரத்தை வெட்டும். செல்வனும் அம்பிகைபாலனும் இன்னும் சிலரும் கூட்டிப் பரத்தை உழவு, பரத்தை வெட்டு என்று எல்லாவகையிலும் ஒருவருக்கொருவர் ஒத்தாசையாக இருந்தனர்.

“தம்பி எல்லாரும் சாப்பிட வாங்கோ.”

சாப்பாட்டுக் கூடையுடன் நதி மருத மரத்தடியில் நிற்க, வயல் வரம்புகளினூடே காலை இழுத்து இழுத்து நடந்து கொண்டிருந்தாள் புவனா. சைக்கிளில் இருந்து சாப்பாட்டை இறக்கி வீதியோரம் நின்ற மருத மரத்துக்கு அருகில் வைத்த நதி, வாழைஇலைகளை எடுத்து, அடுக்கி சாப்பிடுவதற்குத் தயாராக வைத்தாள்.

மாடுகளுக்குத் தண்ணீர் வைத்த பின் வைக்கோல் போட்டு மருத மரத்தடியில் கட்டிவிட்டு, வாய்க்காலில் ஓடிய தண்ணீரில் முகங்கால் கழுவிய பின் எல்லாருமாக மதியச் சாப்பாட்டைச் சாப்பிடத் தொடங்கினார்கள்.

“அம்மா நீங்கள் உந்த வரம்புகளுக்கை கஸ்ரப்பட்டு நடக்க வேண்டாம் எண்டு எத்தினை முறை சொல்லிட்டேன்” என்று புவனாவைச் செல்லமாகக் கடிந்துகொண்டான் செல்வன்.

“பெடியன் எப்பிடி வயல் செய்யிறான் எண்டு பாக்கிற ஆசையில வந்திருப்பா. சரி விடு” என்றார் அம்பிகைபாலன்.

“இல்லை அங்கிள், இஞ்சை ஆஸ்பத்திரியும் கிட்ட இல்லை. காலுக்கு ஒண்டெண்டால் கிளினிக் போறதுக்கே மல்லாவி போக வேணும். சொன்னால் கேக்க மாட்டேனென்டிறா. மத்தியானச் சாப்பாடு நான் வந்து எடுக்கிறேன் எண்டாலும் கேக்க மாட்டேன் எண்டிறா. நான் என்னதான் செய்யிறது?”

“சரி விடு... நீ அம்மாவில இருக்கிற பாசத்தில சொல்லுறாய். அவா மகனில இருக்கிற பாசத்தில செய்யிறா” என்று சொல்லியபடியே அம்பிகைபாலன் சாப்பிட்டு முடித்த இலையை மாட்டுக்கு அருகில் போட்டுவிட்டு,

“சாப்பிட்டிட்டு கொஞ்சநேரம் இருங்கோ நான் ஒருக்கா வீடு வரைக்கும் போய்ட்டு வாறன்” என்றவர் செல்வனின்

சைக்கிளை எடுத்துக்கொண்டு போனார்.

"என்னம்மா ஒண்டும் பேசாமல் இருக்கிறியள்" என்றான் செல்வன் தாயைப் பார்த்து.

"அதுதான் நீ எல்லாத்தையும் சொல்லிட்டியே நான் என்னத்தைச் சொல்ல?"

"ஐயோ அம்மா... நீங்கள் வேற. நான் ஒண்டும் உங்களைப் பேசெல்லை அம்மா. உங்களில இருக்கிற பாசத்திலதான் சொல்லுறேன். என்ர அம்மால்லே" என்று கட்டிப் பிடித்தான் செல்வன்.

"தாயும் மோனும் பாசம் பொழிஞ்சது காணும்... வாங்கோ அம்மா எனக்குப் பசிக்குது" என்றபடி, சாப்பிட்டப் பாத்திரங்களை எடுத்து ஒரு பையில் போட்டு தாயிடம் கொடுத்தவள், கரியரில் புவனா ஏறி இருந்ததும்,

"சரி அண்ணா நாங்கள் போய்ட்டு வாறோம்" என்று சொல்லியபடியே அவனின் பதிலுக்குக் காத்திருக்காமல் பெடலை மிதித்தாள்.

24

ஊரில் என்னதான் சீலனைப் பற்றிச் சொன்னாலும் அவள் நம்பாததற்குக் காரணம் சீலன் சின்ன வயதில் இருந்தே தன் மீது வைத்திருந்த அன்புதான். சின்ன வயதில் இருந்தே சுரபிக்குச் சீலன்தான் என்று சொல்லிச் சொல்லியே வளர்த்ததால் அவளும் வளரவளர தன் மனதில் ஆழமாக அதையே பதித்துக்கொண்டு,

"அத்தான், அத்தான்..." என்று அவன் பின்னாலேயே சுற்றிச்சுற்றி வந்தாள்.

அத்தை கோமளமும், தாய் செண்பகமும் முரண்பட்ட போதெல்லாம் அதில் தலையிடாமல் இருந்த மாமா வேலாயுதத்தை நினைத்து அவள் அடிக்கடி வருத்தப்பட்டாலும் எல்லாம் தன்னுடைய கலியாணத்துடன் ஒன்றாகிவிடுவார்கள் என்று இருந்து விட்டாள். ஆனால் இன்று சீலன் தனக்கு இல்லை என்பதை அவளால் நினைத்துக்கூடப் பார்க்க முடியவில்லை. அதே குளக்கட்டில் சில வருடங்களுக்கு முன்னர் எப்படி அவள் சீலனுடன் நின்று கதைத்தாளோ, அதே இடத்தில் அந்த மருத மரத்தில் சாய்ந்தபடி இன்று பிறை நின்றிருந்தாள். அவளுக்கு நேர் எதிரே சீலன்.

"அத்தான் என்ன இந்த நேரத்தில தனியா நிக்கிறாய்" என்று தான் கேட்டதில் என்ன தப்பு? அப்பிடி என்ன அவள் கேட்கக்கூடாத கேள்வியை கேட்டுவிட்டாள்? என்பது அவளுக்கு விளங்கவில்லை. அதுக்கு அவன் பதில் சொல்லியிருக்கலாம். இடையில் பிறை குறுக்கிட்டதை அவளால் ஏற்றுக்கொள்ள முடியவில்லை.

"ஏன் நான் நிக்கிறது உன்ரை கண்ணுக்குத் தெரியேல்லையோ!" என்று பிறை பதில்கேள்வி கேட்டதும், "நான் அத்தானைத்தான் கேட்டனான் உன்னையில்லை..." என்றாள் சுரபி.

"நான் உனக்கு நிறைய முறை சொல்லிட்டேன். இனி அத்தான் எண்டு சொல்ல வேண்டாம் எண்டு. சும்மா அத்தான் கொத்தான் எண்டு கொண்டு வந்திட்டாய்..!" என்றாள் பிறை, கடுமையான தொனியில்.

பள்ளிக்கூடம் போய்வரும் காலத்தில் இருந்தே தன்னிடம் யாராவது வம்பிழுத்தால் தனக்காக பிறை அவர்களுடன் வரிந்துகட்டிக்கொண்டு சண்டைபோட்டதைத்தான் இதுவரை சுரபி பார்த்திருந்தாள். இன்று இப்பிடி நேருக்குநேர் நின்று தனக்கெதிராகப் பேசியதை அவளால் நினைச்சுக்கூடப் பார்க்க முடியவில்லை.

"என்ரை அத்தானை நான் சொன்னா உனக்கேன் வயிறு எரியுது. பிறை நான் இதுவரைக்கும் உன்னை என்ர நண்பியாத்தான் பாத்திருக்கிறேன். ஏன் இப்பிடிக் கதைக்கிறாய் எண்டு தெரியேல்லை" என்று அப்பாவியாக முகத்தை வைத்தபடி சொன்னாள் சுரபி.

"என்னதான் நண்பி எண்டாலும் எல்லாத்துக்கும் ஒரு எல்லை இருக்குதுதானே? என்ரை மனிசனை இன்னொருத்தி அத்தான் எண்டிறதை எந்தக் காலத்திலையும் என்னால ஏற்க முடியாது."

பிறை இவ்வளவு கதைச்சும் ஒரு வார்த்தைகூட ஏனென்று கேட்காத சீலனைத் திரும்பிப் பார்த்தாள் சுரபி.

"சுரபி... முதல்ல வீட்டை போ... நான் எல்லாம் ஆறுதலாய்ப் பிறகு கதைக்கிறேன்."

அவளை விரட்டுவதிலேயே குறியாக இருந்தான் சீலன்.

"என்னதான் அவள் இவ்வளவு சொல்லியும் ஏன் எண்டு கேக்காமல், நீ என்னைத் துரத்துறதிலையே குறியா இருக்கிறாய்..!"

"எல்லாம் பிறகு கதைக்கலாம் முதல்ல வீட்டை போ!"

"அப்ப நான் கேள்விப்பட்டதெல்லாம் உண்மைதான் போல... இவள் வேற உன்னைப் பாத்து மனிசன் ஏண்டிறாள். நீ எனக்குத் துரோகம் செய்திட்டாய் அத்தான்!" என்றபடி அழத் தொடங்கினாள்.

"நிலா, நீ வீட்ட போ. நான் இவளை இணாப்பி அனுப்பீட்டு வாறேன்" என்று சீலன் சொன்னதும், சீலனை மறித்தவள், "ஏன் நான் போக வேணும், நான் மாட்டேன். ஊர் கதைக்கிறது உண்மைதான் நாங்கள் கலியாணம் செய்யத்தான் போறோம். நீ வேணும் எண்டால் அவளைப் போகச் சொல்லு!" என்றாள் பிறை கறாராக.

"நிலா நீ வேற சும்மா எரியிற நெருப்பில எண்ணெயை ஊத்துறாய். இப்ப இருக்கிற நிலைமையைக் கொஞ்சம் விளங்கிக் கதை. முதல்ல நீங்கள் ரெண்டு பேரும் வீட்டை போங்கோ பிறகு ஆறுதலாய்க் கதைக்கலாம்!" என்றான் கோபமாக.

"இல்லை அத்தான்... என்னைப் பிடிக்குமோ பிடிக்காதோ எண்டு எனக்கு இப்பவே உன்ரை வாயாலை சொல்ல வேணும்" என்றாள் சுரபி.

"சுரபி... இஞ்சை பார், எனக்கு உன்னைச் சின்னவயசில இருந்தே பிடிக்கும். அதுக்காக கலியாணம் செய்ய வேணும் எண்டெல்லாம் இல்லைத்தானே..?"

"அப்ப, நீ இவ்வளவு காலமும் என்னிலை பாசமாய் இருந்ததெல்லாம்..."

"எல்லாம் உண்மைதான். ஆனால், அதுக்குப் பெயர் காதலில்லை. நானும் நிலாவும் இப்ப மூண்டு வருசமா காதலிக்கிறோம். அவளின்ரை நிலைமையையும் கொஞ்சம் நினைச்சுப் பார்" என்று சீலன் சொல்லிக் கொண்டிருக்கும் போதே,

"இதுக்குமேல உனக்கும் எனக்கும் எந்தக் கதையும் வேண்டாம். நான் போறேன். இனிமேலைக்கு என்ர முகத்தில முழிக்காதை, என்றவள், பிறையிடம் திரும்பி, "நண்பி நண்பியெண்டு கூடியிருந்து குழி பறிச்சிட்டாய் நல்லாயிரு!" என்று சொல்லிவிட்டுக் கண்களைக் கசக்கிக்கொண்டு வீடு நோக்கி விரைந்தாள்.

இந்தச் சம்பவம் நடந்த நாளில் இருந்து சுரபிக்கு எதுவுமே பிடிக்கவில்லை. வெளிநாட்டுக் கலியாணம் பேசி வந்த போதெல்லாம் அவள் வெளிநாட்டுக்குப் போகமாட்டேன் என்று அடம் பிடித்ததற்கு அவள் சீலனை விரும்பியதும் ஒருவகையில் காரணமாக அமைந்தது. இன்று எல்லாமே இழந்து கையறு நிலையில் இருப்பதுபோல உணர்ந்தாள்.

வயலில் சூடடிப்பு நடந்துகொண்டிருந்தது. காலையில் இருந்து வயலுக்கும் வீட்டுக்குமாக நடந்து களைத்துப் போயிருந்தாள் செண்பகம். கொம்பறையைக் கூட்டிச் சுத்தம் செய்துகொண்டிருந்தாள் சுரபி.

சைக்கிளை வேலியில் சாத்திவிட்டுப் படலையைத் திறந்து கொண்டு உள்ளே வந்த செல்வன், "சாக்குகளைக் கட்டி வைச்சிருக்கிறேன், எடுத்துக் கொண்டு வா எண்டு அங்கிள் அனுப்பியவர். எங்கே இருக்குது?" என்று சுரபியைப் பார்த்துக் கேட்டான்.

அவள் பதிலேதும் பேசாமல் ஏதோ யோசித்தபடி கொம்பறையைச் சுத்தம் செய்வதிலேயே கண்ணும் கருத்துமாய் இருந்தாள். சூடடிப்புக்குச் சமைத்துக்கொண்டிருந்த செண்பகம் அடுப்படியில் இருந்து வெளியே வந்தபோது முற்றத்தில் செல்வன் நிற்பதைக் கண்டாள்.

"வாங்கோ தம்பி எப்ப வந்தனீங்கள்?"

"இப்பதான் வந்தனான் அன்ரி... அங்கிள் சாக்கு கட்டி வைச்சிருக்கிறேன் எடுத்து வா எண்டவர். அதுதான் சுரபியைக் கேட்டனான். அவாக்கு நான் கேட்டது விளங்கேல்லை போல."

"அவளுக்குக் கொஞ்சநாளா என்ன சொன்னாலும் இப்பிடித்தான். எதையோ பறி கொடுத்தவள்போல இருக்கிறாள். அதை விடு தம்பி எப்பிடிப் போகுது... ஒரு நூற்றம்பது மூட்டை தேறுமே?"

"ஒரு போர் அடிச்சாச்சுது. நல்ல போலிபோலத்தான் இருக்குது. மற்றப் போர் இப்பதான் அடிக்கத் தொடங்கினாங்கள். பொலிக்கொடி வலிச்சுக்கொண்டு நிக்கினம்."

"முப்பது சாக்குத்தான் இருக்குது. அப்ப நாலஞ்சு வாட்டி கொண்டுவந்து கொம்பறைக்குள்ள கொட்ட வேணும் எண்டு சொல்லுங்கோ..." என்றாள் செண்பகம் மகிழ்ச்சி பொங்க.

"மறந்திட்டேன் அன்ரி. உந்தக் குல்லத்தையும் வாங்கி வரச் சொன்னவர்."

"சரி..." என்றபடி அடுப்படியில் இருந்து சுளகை எடுத்து நீட்டினாள் செண்பகம். சுளகையும் சாக்குக் கட்டையும் வாங்கிக் கொண்டு மீண்டும் வயல் நோக்கி விரைந்தான் செல்வன்.

25

காட்டுக்கு வேட்டைக்கென்று போயிருந்த அம்பிகைபாலன் இரவாகியும் வீடு திரும்பவில்லை. வழமையாக அம்பிகைபாலன் தூர இடத்துக்கெல்லாம் தனியாக வேட்டைக்குப் போவதில்லை. அதனால் செண்பகத்துக்கு ஒரே பயமாக இருந்தது.

நேரம் போகப்போக செண்பகத்துக்கு நெஞ்செல்லாம் படபடக்கத் தொடங்கியது.

"செல்வனிட்ட ஒருக்கால் சொல்லிட்டு வா பிள்ளை" என்றாள் செண்பகம், சுமதியைப் பார்த்து.

"நீயும் வா அக்கா" என்றவள், சுரபியையும் துணைக்குக் கூட்டிக்கொண்டு புவனாவின் வீட்டை போனார்கள்.

"என்ன புதினம்... ரெண்டு பேரும் இந்த நேரம் வந்திருக்கிறியள்" என்று புவனா கேட்டதும்,

ஓவென்று அழத் தொடங்கினாள் சுமதி.

"என்ன என்ன ஆச்சுது? ஆருக்கும் வருத்தம் எதுமே..!?" என்று, நெஞ்சில் கையை வைத்தபடி கேட்டாள் புவனா.

"இல்லை அன்ரி... காலமை வேட்டைக்குப் போன அப்பா இன்னும் திரும்பி வரேல்லை. ஒரே பயமாய் இருக்குது. இப்பிடி ஒருநாளும் அவர் கன நேரம் நிக்கிறதில்லை" என்றபடி சுரபியும் விம்மத் தொடங்கினாள்.

"சீ... நானும் வாறன் எண்டு நேற்று அங்கிளிட்ட சொன்னனான் பிறகு பஞ்சியா இருக்குதெண்டு போகேல்லை... நானும் போயிருக்கலாம்" என்றான் செல்வன்.

"நீங்கள் ஒருக்கால் காசிக்குஞ்சி வீடு வரைக்கும் வாறீங்களே?" என்று செல்வனைப் பார்த்துக் கேட்டாள் சுரபி.

"சரி, வாங்கோ..." என்றபடி சைக்கிளை எடுத்துக்கொண்டு காசி வீட்டை நோக்கி மூவரும் போனார்கள்.

மூவரையும் ஒன்றாகப் பார்த்த காசி, "என்ன புதினம்... புதுசா இரவில வந்திருக்கிறியள்" என்றார் சுரபியைப் பார்த்து.

"அப்பாவைக் காணேல்லை. காலமை வேட்டைக்கெண்டு போனவர் இன்னும் வரேல்லை" என்றாள் அழுதபடி.

"அழாதையுங்கோ பிள்ளையள். முதல்ல உங்கட வீட்ட போவோம் நடவுங்கோ" என்றவர், "வீரா... வாடா!" என்று நாயைக் கூப்பிட்டதும் எங்கிருந்தோ வேகமாக வந்த நாய் அவர் காலடியில் வந்து நின்றது.

இடியன் துவக்கையும் கைக் கத்தியையும் எடுத்துக்கொண்டு,

"சரி முன்னால போங்கோ நான் இப்ப வந்திடுவேன்" என்றபடி விசுக்குவிசுக்கென்று நடந்தார்.

சுமதி சைக்கிளைக் கொண்டுபோய் முற்றத்தில் நிப்பாட்டுவதற்குள் படலையைத் திறந்துகொண்டு உள்ளே வந்தார் காசி.

காசியைக் கண்டதுதான் தாமதம், "குஞ்சி... இந்த மனிசன் இப்பிடி ஒருநாளும் நிண்டதில்லை. கடவுளே என்ன நடந்ததோ..!" என்று புலம்பத் தொடங்கினாள் செண்பகம்.

அதற்கிடையில் புவனா, நதியையும் ரேணுவையும் கூட்டிக் கொண்டு அங்கு வந்து சேர்ந்தாள்.

"அதுசரி அம்பி, இடியன் கொண்டு போனவனோ இல்லையோ" என்று காசி கேட்டதும், "தெரியேல்லை குஞ்சி" என்றபடி உள்ளே ஓடிய சுமதி, "துவக்கு வீட்டுக்கை இல்லை குஞ்சி" என்று சொல்லிக்கொண்டு வெளியில் ஓடி வந்தாள்.

“அப்ப இடியன் கொண்டுதான் போயிருக்கிறான். பொடிக்கு ஒண்டும் நடந்திருக்காது. அவன் வெங்கினாந்திப் பாம்பையே வெட்டிப் போட்டு வந்த வீரன். காடு மாறிட்டான் எண்டுதான் நினைக்கிறேன். பெரும்பாலும் செம்மணி வெட்டைக்குள்ள மாட்டியிருக்க வேணும்” என்றார் காசி மிகவும் தெளிந்த குரலின் நிதானமாக.

நேரம் இரவு பத்து மணியை நெருங்கிக்கொண்டிருந்தது.

‘இதுக்கு மேலயும் பொறுக்கேலாது. செல்வா... நீயும் என்னோட வா. காட்டுக்கை இறங்குவோம்” என்றார் காசி.

“ரெண்டு பக்கமும் காடு, எந்தப் பக்கம் போனவர் எண்டு தெரியாமல் எப்பிடி... எங்கேயெண்டு தேடுறது குஞ்சி?” என்ற செல்வனை ஏற இறங்கப் பார்த்தவர்,

“நீ சொல்லுறதும் சரிதான் பொடி. நான் அறிஞ்சவரைக்கும் அம்பி வடக்க வேட்டைக்குப் போறேல்லை. அவன் தேர்க்காலை போய் பறங்கி ஆத்துப் பக்கமாய்த்தான் வேட்டையாடுறவன் அதாலதான் சொல்லுறேன் செம்மணி வேட்டைக்குள்ள மாட்டியிருப்பான் எண்டு.”

அனுபவசாலியாக நிலைமையை விளக்கிச் சொன்னார் காசி.

“சரி குஞ்சி அப்பிடியெண்டால் இப்பவே போவோம்” என்றபடி சாறத்தை மடித்து வரிந்து கட்டிக்கொண்டு வெளிக்கிட்டான் செல்வன்.

“கடவுளே எல்லாம் உன்ர கையிலதான் முருகா” என்று முணுமுணுத்துக்கொண்டு வாசல்வரை வந்தாள் செண்பகம்.

“கவலைப் படாதைங்கோ அன்ரி, காசிக்குஞ்சி கட்டாயம் கண்டுபிடிச்சிடுவார் நாங்கள் வரேக்கை அங்கிளோடதான் வருவோம்” என்ற செல்வன்,

“அம்மா நீங்கள் மூண்டு பேரும் நாங்கள் வாறவரைக்கும் இஞ்சை நில்லுங்கோ” என்றபடி காசிக்குப் பின்னால் ஓடினான். காசியின் வேகத்துக்கு ஈடுகொடுத்துச் செல்வனால் நடக்க முடியவில்லை. ஓட்டமும் நடையுமாகக் காசி போன போக்கிற்கெல்லாம் போய்க்கொண்டிருந்தான்.

"இந்த அதர் வழியே நடந்துபோனால் குறுக்காக ஆத்தைக் கடக்கலாம்" என்றவர், மாடு போற பாதைபோல ஒடுங்கி வளைந்து நெளிந்து செல்லும் ஒரு பாதையினூடே பற்றைகளை விலக்கியபடி முன்னேறிக்கொண்டிருந்தார். அவரைக் கண்டு வழிவிடுவதுபோல அதர் விரிந்து நீண்டுகொண்டு போனது...

ஓரிடத்தில் பறங்கி ஆற்றைக் கடந்து போனபோது நடுக் காட்டுக்குள் ஒரு சிறிய குளம் இருந்தது.

"என்ன குஞ்சி... ஆரும் இல்லாத இடத்தில குளம் கட்டியிருக்கிறாங்கள்?" என்றான் செல்வன்.

"இஞ்ச ஆரும் இருந்தமாரி எனக்கு நினைவில்லை. ஆனால் தூரத்தில இருந்து வந்து இந்தக் குளத்தை அண்டி முந்தின சனம் வயல் விதைச்சவை. பிறகு வந்த சந்ததியள், அப்பிடியே அழிய விட்டிடுதுகள். என்ன செய்யிறது? இந்தக் காட்டுக்கு நடுவில வயல் விதைக்கிறது எண்டால் லைசன்ஸ் துவக்கு வேணும். இடியனை வைச்சு ஒண்டும் செய்யேலாது" என்றார் காசி

அங்கிருந்து மேற்கே திரும்பி நடுக்காட்டுக்குள் போனபோது 'எங்கே நிற்கிறோம்' என்பது செல்வனுக்குப் புரியவில்லை.

"என்ன குஞ்சி, எல்லா மரங்களும் ஒரே மாதிரி இருக்குது. நிலவு வெளிச்சத்துல எந்தப் பக்கம் பாத்தாலும் அச்சு அசல் ஒரேமாரி இருக்கு?" என்றான் சீலன் வியப்பாக..

"இதுதான் செம்மணி வெட்டை. என்ர கணிப்புச் சரியெண்டால் இஞ்சைதான் எங்கேயோ பொடி மாட்டியிருக்க வேணும்" என்று சொன்னவர் திடீரென்று திரும்பிச செல்வனைப் பார்த்து,

"உஸ்...!" என்றார். அவர் சுட்டிக் காட்டிய திசையைப் பார்த்த செல்வன் ஒருகணம் திகைத்துப் போனான்.

ஒரு ஐம்பது வரையான யானைகள் கூட்டமாக மேய்ந்து கொண்டிருந்தன.

"இந்தப்பக்கம் திரும்பி நட... கிளை யானை ஒண்டும் செய்யாது... ஆனால் சீண்டினால் சும்மா விடாது..." என்றவர் தெற்கில் திரும்பி நடக்கச் செல்வனும் பின் தொடர்ந்தான்.

நேரம் அதிகாலையை நெருங்கிக்கொண்டிருந்தது. கிட்டத்தட்ட மூன்று மணித்தியாலங்களாகச் செம்மணி வேட்டைக்குள் அலைந்து திரிந்தும் அம்பிகைபாலனைக் கண்டு பிடிக்க முடியவில்லை.

நேரம் அதிகாலையை நெருங்கிக் கொண்டிருந்தது. குருவிகள், பறவைகளின் இசையொலி காதுக்கு இனிமையாக இருந்தது. திடீரென்று காட்டுக்கோழி ஒன்று வெருண்டு ஓடுவதுபோல இருக்க அந்தத் திசையை நோக்கிப் போன காசி,

"ஆரோ மனிச நடமாட்டம் தெரியுது..!" என்றவர், "ஆமியோ தெரியாது. சில நேரம் எனக்கு ஏதும் எண்டால் நீ இந்தப் பக்கமாகப் போ. இதால போனால் இரணை இலுப்பைக் குளத்துக்குக் கிட்டவாய் போய் ஏறுவாய்" என்று சொல்லிவிட்டு இடியன் துவக்கைத் தூக்கிச் செல்வனிடம் கொடுத்து,

"நீ இஞ்சையே மறைவாய் இரு. நான் போய்ப் பாக்கிறேன். நான் 'கூ' எண்டால் ஓடு... விசில் அடிச்சால் நில்!" என்று சொல்லிவிட்டு, கைக் கத்தியை இறுக்கப் பிடித்தபடி சத்தம் வந்த திசை நோக்கி நடந்தார்.

செல்வனுக்கோ என்ன செய்வது என்று புரியவில்லை. ஒரு மர்மப்படம் பார்ப்பதுபோல காசி சொல்வதற்கெல்லாம் தலையாட்டியவன், காசி சென்று மறையும் வரை மறைவில் இருந்து பார்த்துக்கொண்டிருந்தான்.

ஒரு இருநூறு... முன்னூறு மீட்டர் போனதும், "அம்பீ... அம்பீ..!" என்று பெரிதாகக் கத்தினார்.

மறைவில் இருந்து சோர்வாக வெளியே வந்த அம்பிகைபாலனைக் கண்டதும் மகிழ்ச்சி பொங்க, "என்ன பொடி, இரவிரவாய் நாங்கள் ரெண்டு பெரும் இதுக்குள்ளேதான் சுத்தினாங்கள். கண்டுபிடிக்கேலாமல் போச்சுது பார்..!" என்றவர், விரல்களை மடக்கி, நாக்கை மடித்து பெருத்த குரலில் விசில் அடிக்க... இடியனைத் தூக்கித் தோளில் வைத்தபடி மறைவில் இருந்து எட்டிப் பார்த்த செல்வனுக்கோ மகிழ்ச்சி தாங்க முடியவில்லை.

தியா | 107

26

வெள்ளிக்கிழமை இரவிரவாகக் கோயில் குஞ்சுக்குளம் கோயிலில் திருவிழா நடந்தது. வில்லுப்பாட்டு முடிந்ததும்,

"இந்த மண் எங்களின் சொந்தமண்... அதன் எல்லைகள் தாண்டி யார் வந்தவன்... நீர்வளம் உண்டு... நிலவளம் உண்டு... நிம்மதி ஒன்றுதான் இல்லை..."

கணீர்க் குரலில் சாந்தன் பாடி ஓய்ந்ததும் இன்னொரு புறத்தில் ஆலய கட்டட நிதிக்காக அதிஸ்ர இலாபச் சீட்டிழுப்புத் தொடங்கியது.

"ஓடி வாங்கோ, பத்து ரூபா, பத்து ரூபா, உங்கள் முதலீடு பத்து ரூபா! இலாபமோ பல ஆயிரம்! ஓடிவாங்கோ, முதல் பரிசு... புத்தம் புதிய டுமாலா சைக்கிள்! இரண்டாம் பரிசு... பெட்ரோல் மாக்ஸ்! மூன்றாம் பரிசு... அழகிய சோனி வானொலிப் பெட்டி! இன்னும் ஐந்து ஆறுதல் பரிசில்கள்... ஓடி வாங்கோ... ஓடி வாங்கோ..."

யாரோ ஒருவர் ஒலி பெருக்கியில் கத்திக்கொண்டிருந்தார்.

ஆலமரத்துக்கு அருகில் அதிகாலையில் வேள்விக்காகக் கட்டப்பட்ட ஆட்டுக்கிடாய்கள், வரிசையில் அணிவகுத்து நின்றன. இன்னொரு பக்கம் முந்நூறுக்கு மேற்பட்ட கோழிகள், சாராயப் போத்தல்கள் என்று காத்தவராயன் சந்நிதியை அலங்கரித்துக்கொண்டிருக்க, பெரிசுகளும் சிறிசுகளும் காலையில் நடக்கப்போகும் ஏலம் பற்றிய பேச்சிலிருந்தனர்.

கொஞ்ச நேரத்தில் பறை முழங்க வேப்பிலை ஒரு கையிலும் சூலம் கூரிய கத்தி மறு கையிலுமாக வந்தார் பூசாரி. காவடிகளும் கற்பூரச் சட்டிகளும் நிறைந்திருக்கக் காது நீண்டு தொங்கிக் கொண்டிருந்த கறுப்புத் தலைக் கிடாயைக் கொண்டுவந்து காத்தவராயன் சந்நிதி முன் நிறுத்தினார் ஒருவர்.

பறை ஒலி வானைப் பிளக்கக் கத்தியை மேலே தூக்கியபடி நாக்கை வெளியே நீட்டி உருக்கொண்டு ஆடத்தொடங்கிய பூசாரி, கத்தியை மூன்று முறை மேலும் கீழும் ஓங்கிய பின் சம்பிரதாயத்துக்குக் கிடாயின் கழுத்தில் கத்தியை வைத்துப் பின், காதில் கீறி இரத்தத்தை காத்தவராயனுக்கு காணிக்கையாக்கினார்.

நாக்கைத் தொங்கப் போட்டபடி பூசாரி, "கூவன்..." என்று கத்தியதும்,

"கோழி எங்கே? அந்த நெடுத்த சிவலையைப் பிடி!" என்றபடி ஒரு சிவலைக் கோழியைத் தூக்கிப் பூசாரியிடம் நீட்ட அதை வாங்கியவர் ஏதோ சொல்லிக் கத்தியபடி அதன் கொண்டையில் உள்ள பூவைக் கத்தியால் கீறி இரத்தம் சொட்டச்சொட்டக் கோழியைத் தூக்கி மேலே எறிந்தார். விழுப்புண் அடைந்த கோழி விடுதலை பெற்றால் போதும் என எங்கோ ஓடி மறைந்தது.

திருவிழா முடிந்து காலையில் ஏலம் தொடங்கியபோது முதல் கிடாய் வாங்க வழமைபோலவே கடுமையான போட்டி நடந்தது. நானூறில் தொடங்கிய ஏலம் வழமை போலவே ஏறிக்கொண்டு போனது.

"எழுநூறு!" என்று அம்பிகைபாலன் கேட்டதும்,

"ஆயிரம்!" என்றார் யாரோ ஊருக்குப் புதியவர் ஒருவர்.

"ம்... ஆயிரம்..."

"ஆயிரத்தி நூறு..."

"ஆயிரத்து முன்னூறு..."

"...................."

"ஆயிரத்து முன்னூறு ஒருதரம்.."

"...................."

"ஆயிரத்து முன்னூறு ரெண்டு தரம்..."

"ஆயிரத்து ஐநூறு!"

ஏலம் ஏறிக்கொண்டே போனது. ஒரு கட்டத்தில் இதுக்கு மேலேயும் சரிவராது என்று விலகி நின்றார் அம்பிகைபாலன்.

"ஆயிரத்து எழுநூறு!"

"................................."

"ஆயிரத்து எழுநூறு... ஒருதரம்..."

"........................"

"ஆயிரத்து எழுநூறு... ரெண்டுதரம்..."

"..................."

"ஆயிரத்து எழுநூறு மூண்டுதரம்!"

செல்வனின் கையில் கிடாயைப் பிடித்துக் கொடுத்தார் ஏலம் விடுபவர். கிடாயைக் கையில் வாங்கியவன் நேரே அம்பிகைபாலனிடம் சென்று, "அங்கிள் இந்தாங்கோ" என்று அவர் கையில் கயிற்றைத் திணித்தான்.

"என்ன தம்பி இது?"

"இல்லை அங்கிள் ஆருக்காகவும் எங்கட இடத்தை விட்டுக் குடுக்கேலாது. பத்து வரிசமாய் நீங்கள்தான் தலைக் கிடாய் வாங்கிறீங்கள் எண்டு தெரிஞ்சுதான் அவர்கள் ஆரோ இப்பிடி விலையை ஏத்திக் கொண்டு போனவர்கள் நீங்கள் இல்லை எண்டதும் விட்டிட்டாங்கள்"

படபடவென்று வெடித்த செல்வனையே பார்த்துக் கொண்டிருந்தார் அம்பிகைபாலன்.

***

திருவிழா முடிந்த மறுநாள் காலையில், சீலனும் பிறையும் ஓடிப்போன செய்தி ஊரெல்லாம் காட்டுத் தீ போலப் பரவியது.

"என்ர பிள்ளையைக் மயக்கி வசியம் வைச்சிட்டாள். தாயில்லாப் பிள்ளை எண்டு அண்டவிட்டால் உண்ட வீட்டுக்கே உலை வைச்சிட்டாளே படுபாவி" என்று கோமளத்தின் வார்த்தைகளில் அனல் தெறித்தது.

"ஏய் கோமளம்! என்னதான் இருந்தாலும் எங்கட பிள்ளையிலையும் பிழை இருக்குது. ஒருபக்கத்தில இருந்து பாக்கிறது சரியில்லை. அவன் எங்கட மகன்தான்... நான்

இல்லையெண்டு சொல்லேல்லை. அதுக்காக வாழ வந்த பிள்ளையை வாய்க்கு வந்தபடி பேசுறது சரியில்லை, சொல்லிப் போட்டேன்!"

வாழ்க்கையில் முதல் முறையாக மனைவியை எதிர்த்துப் பேசிய திருப்தியில் இருந்த வேலாயுதத்தாரின் மகிழ்ச்சி ஒரு நொடிகூட நிலைக்கவில்லை.

"அப்ப தேப்பனும் மோனும் கூடித்தான் கூத்தாடியிருக்கிறியள் போல. சீட்டாடச் சீட்டாட எண்டு போய் மகனுக்குப் புரோக்கர் வேலைதான் செய்தியளாக்கும்?"

"சிவனானச் சொல்லுறேன் கோமளம். எனக்கு உதைப்பற்றி ஒண்டும் தெரியாது. நான் அப்பவே சொன்ன நேரம் சுரபிக்குக் கட்ட நீ சம்மதிச்சிருந்தா இப்ப ஏன் இந்தப் பாடு?"

"எல்லாத்துக்கும் நான்தான் காரணம். என்னிலதான் எல்லாக் குறையையும் கண்டுபிடியுங்கோ. அப்ப உங்கட தொங்கச்சி சண்டைக்கு வரேக்கை மட்டும் ஏன் உந்த வாய் ஊமையாய் இருந்ததோ, இப்ப மட்டும் வளவளவேண்டு வாய்க்கு வந்தபடி கதைக்கிறியள். உங்கட ஆக்களுக்கை அவன் போய் மல்லுக்கு நிக்கிறதவிட இது எவ்வளவோ மேல்!"

இதுக்கு மேலயும் வீட்டில இருந்தால் நல்லதில்லை என்று முடிவெடுத்தவராக,

"நான் உந்த வயல் காணி வரைக்கும் போட்டு வாறன்" என்று சொல்லிவிட்டுச் சைக்கிளை எடுத்தார்.

"இப்ப நான் என்ன சொல்லிட்டேன். அப்ப நான் ஒண்டும் சொல்லக் கூடாது அப்பிடித்தானே. சரி நான் இனி இதப்பற்றி ஒண்டும் கதைக்கேல்ல. அரிசி அவிஞ்சிட்டுது பழைய கருவாட்டுக் குழம்பு கிடக்குது. முகத்த கழுவிட்டு வாங்கோ சாப்பிட காலமையில இருந்து ஒண்டும் சாப்பிடாம எனக்குப் பசிக்குது" என்றாள் சைக்கிள் கைப்பிடியில் பிடித்தபடி.

அவளைப் பார்க்க அவருக்குப் பரிதாபமாக இருந்தது. மறு பேச்சில்லாமல் சைக்கிளைக் கமுக மரத்தில் சாத்திவிட்டு துவாயை எடுத்துத் தோள்ள போட்டுக்கொண்டு கிணற்றடிப் பக்கமாகப் போனார்.

* * *

மூன்று நாட்கள் கழித்து, திங்கட்கிழமை காலையில் பரணரூபன் போய் வவுனிக்குளத்தில் இருந்து சீலனையும் பிறையையும் வீட்டுக்கு அழைத்து வந்திருந்ததை அறிந்த வேலாயுதம் மகனைப் பார்க்கவென்று வந்திருந்தார்.

"என்னதான் இருந்தாலும் நீ இப்பிடிச் செய்திருக்கக் கூடாதடா. கொம்மா பாவம் அப்பிடியே உடைஞ்சு போட்டாள். நீ போனதில இருந்து உன்னைப் பற்றியே அழுது புலம்பிக் கொண்டிருக்கிறாள். உதைப் பற்றி நீ எனக்கெண்டாலும் ஒரு சொல்லுச்சொல்லியிருக்கலாம்தானே?"

"என்னப்பா நீங்கள்... நீங்களே அழுதால் எப்பிடி?"

"நீ மருமோளைக் கூட்டிக்கொண்டு இப்பவே வீட்டை வா!"

தகப்பனின் கண்ணீர் அவனை என்னவோ செய்தது. தகப்பன் என்பதைவிட வேலாயுதமும் சீலனும் தந்தைமகன் என்பதையும் தாண்டி நண்பர்கள்போல வாழ்ந்தவர்கள். இன்று தனக்கு எதிரே தந்தை அழுவதை அவனால் நினைத்துக்கூடப் பார்க்க முடியவில்லை.

"அப்பா, நீங்கள் வீட்ட போங்கோ, மாமாவும் வரட்டும் அவரையும் கூட்டிக்கொண்டு பின்னேரம் வாறோம்" என்ற சீலன் கடைக்கண்ணால் பிறையைப் பார்த்தான். அவளும், 'சரி' என்பது போலத் தலையை மேலும் கீழும் ஆட்டினாள்.

அன்று பின்னேரம், சீலனும் பிறையும் முருகேசுவை அழைத்துக்கொண்டு வீட்டுக்குப் போனபோது கோமளம் ஆரத்தித்தட்டுடன் வந்து நின்றது அனைவரையும் ஆச்சரியத்தின் உச்சிக்குக் கொண்டுபோனது.

"வாம்மா... வலது காலை எடுத்து வைச்சு வா" என்றவள், கற்பூரத்தைக் கொளுத்தி, மேலும் கீழுமாக மூன்று முறை சுற்றி ஆராத்தித்தட்டில் இருந்த மஞ்சளை எடுத்துப் பிறையின் நெற்றியில் வைத்தாள்.

"மாமி எங்களை மன்னிச்சு ஏத்துக்கொள்ளுங்கோ" என்று தொப்பென்று கோமளத்தின் காலில் விழுந்தாள் பிறை. இதைச் சற்றும் எதிர்பார்க்காத சீலன்,

"அம்மா நாங்கள் செய்தது பிழைதான்... எங்களை மன்னிச்சு ஏற்றுக்கொள்ளுங்கோ" என்று தானும் தாயின் காலில் விழுந்தான்.

27

சுமதியின் கலியாணம் வவுனியாவில் நடைபெறுவதற்கு ஏற்பாடாகியிருந்ததால் மல்லாவிக்கும் நவ்விக்கும் இடையில் அலைந்து திரிந்து பாஸ் எடுப்பதற்கிடையில் அம்பிகைபாலனுக்கும் செண்பகத்துக்கும் போதுமென்றாகியிருந்தது. கிட்டத்தட்ட இரண்டு மாத அலைச்சலுக்குப் பிறகு பாஸ் கிடைத்தபோது இன்னொரு பிரச்னை பூதாகாரமாக வெடித்தது.

மணப்பெண் என்பதால் சுமதிக்கு எந்தப் பிரச்னையும் வரவில்லை. ஆனால் வயதுக் கட்டுப்பாட்டைக் காரணம் காட்டி சுரபிக்குப் பாஸ் கொடுக்கக் கடைசிவரை மறுத்துவிட்டார்கள். கிளிநொச்சி வரை சென்று நடுவப் பணியகத்துடன் கதைத்தும் எதுவும் பயனில்லை.

சுரபியைப் புவனாவின் பாதுகாப்பில் விட்டுவிட்டுப் போவதென முடிவெடுத்தபோது சுமதி அழுது ஆர்ப்பாட்டம் செய்யத் தொடங்கினாள்.

“அக்கா வரேல்லையெண்டால் நானும் வரமாட்டேன். எனக்குக் கலியாணமும் வேண்டாம் ஒண்டும் வேண்டாம்!”

அடம் பிடித்த சுமதியைச் சமாதானம் செய்து கூட்டிப் போவதற்குப் பட்டபாடு சொல்லில் அடங்காதது. தங்கையின் கலியாணத்துக்குப் போக முடியவில்லையே என்று மனதுக்குள்

இருந்த கவலையைச் சொல்லவும் முடியாமல் மெல்லவும் முடியாமல் சுரபி பட்ட வேதனை இன்னொரு புறம்.

"மூத்தவள் இருக்க இளையவளுக்கு கலியாணத்துக்கு என்ன அவசரம்?" என்ற ஊராரின் பேச்சுக்கு இடையில சுரபியையும் தனிய விட்டிட்டுப் போகப் பயந்தாள் செண்பகம்.

"நீங்கள் பயப்பிடாமப் போய்ட்டு வாங்கோ அண்ணி. நான் உங்கட வீட்ட வந்து நிண்டு வடிவா சமைச்சுக் குடுத்துப் பாக்கிறேன். நதியும் ரேணுவும் துணைக்கு இருக்கினம்."

புவனாவின் பேச்சுச் செண்பகத்துக்குத் தெம்பாக இருந்தது.

"என்ன ஒரு மாசத்துக்குள்ள வந்திடுவியள்தானே? நான் அன்ரியோட இருக்கிறேன். பயப்பிடாம போட்டு வாங்கோ"

சிரித்தபடி சுரபி தந்தையை ஆறுதல்படுத்திக் கொண்டிருந்தாள்.

இரண்டு நாட்கள் கழித்து ஊரில் இருந்து வெளிக்கிட்டு உயிலங்குளம் சோதனைச் சாவடி தாண்டி ஒருவாறாக நான்கு நாட்களின் பின் வவுனியாவை அடைய முடிந்தது. அதன் பின் வவுனியாவில் பாஸ் பிரச்னை அது இதெண்டு இன்னும் ஒரு கிழமைக்கு மேலாக அலைந்து திரிந்ததில் கலியாணமே வேண்டாமென்றாகியிருந்தது சுமதிக்கு!

28

ஜெயசுக்குறு நடவடிக்கை தொடங்கிய நாளில் இருந்து ஓமந்தை மத்திய கல்லூரி கோயில் குஞ்சுக்குளம் அ.த.க.பாடசாலையுடன் இணைக்கப்பட்டிருந்தது. ஆனால், அனுபவமான ஆசிரியர்கள் எல்லாரும் ஒவ்வொரு காரணங்களை சொல்லி வவுனியாவுக்கு ஓடிய பின்னர் ரேணு படிப்பதற்கு மிகவும் சிரமப்பட்டாள்.

சுரபியும் நதியும், தங்களுக்குத் தெரிந்த சில அறிவுரைகள் குறிப்புக்களை வழங்கி, அவளைப் பரீட்சைக்குத் தயார் செய்துகொண்டிருந்தார்கள். ஆனாலும் அவளுக்கு அது போதுமானதாக இருக்கவில்லை.

"மல்லாவியில் ஒரு செமினார் நடக்குது நான் போட்டு வரட்டே அம்மா?"

"என்னண்டாலும் கொண்ணனைக் கேள் ரேணு. அவன்தான் கூட்டிக்கொண்டு போகவேணும்."

"நான் சுரபி அக்காவோட போய்ட்டு வரட்டே அம்மா அவாக்கு எண்டால் நிறையப் பேரைத் தெரியும். ஏதாவது நோட்ஸ் இருந்தாலும் வாங்கலாம்."

"இல்லை அவான்ர அப்பா எங்களை நம்பித்தான் விட்டிட்டுப் போனவர். நாங்கள் நினைச்ச இடத்துக்கெல்லாம் எப்பிடிக் கூட்டிக்கொண்டு போறது... சொல்லு பாப்போம்?"

"இதில என்ன இருக்கு அன்ரி ஒரு நாளைக்குத்தானே நான் கூட்டிக்கொண்டு போட்டு வாறன்" சுரபி சொன்னதும்,

“அப்பா ஒண்டும் சொல்ல மாட்டாரே. எனக்கெண்டால் இது சரியாப் படேல்லை.”

புவனாவிற்குச் சுரபியை அனுப்புவதற்குத் தொடுகிலும் மனமில்லை.

“அப்பா ஒண்டும் சொல்ல மாட்டார் அன்ரி. நானும் ஒருக்கா கயலிட்ட போக வேணும் எண்டு இருந்தன். இந்தச் சாட்டில ஒருக்கால் அவளையும் பாத்திட்டு வாறதாகுது. அவயளும், அனந்தர் புளியங்குளத்திலே இருந்து இடம்பெயர்ந்து வந்து இப்ப அனிஞ்சயன் குளத்தில இருக்கினமாம்.”

“என்னவோ உங்களுக்குச் சரியெண்டு பட்டால் செய்யுங்கோ” என்று சொல்லிவிட்டு தண்ணிக் குடத்தை எடுத்து நதியிடம் கொடுத்து, “நதி இதில கொஞ்சம் தண்ணி எடுத்தாம்மா” என்றாள்.

* * *

மல்லாவிச் சந்தைக்குப் பச்சை மிளகாய் கொண்டு போயிருந்த செல்வன் மத்தியானமளவில் கேள்விப்பட்ட அந்தச் செய்தியைக்கேட்டு ஆடிப் போய்விட்டான். அவசர அவசரமாகச் செமினார் நடக்கும் அந்தத் தனியார் நிலையம் நோக்கி விரைந்தான். அப்போதுதான் மதிய உணவுக்காகச் செமினார் நிறுத்தப்பட்டிருந்தது. ரேணுவும் சுரபியும் சைக்கிளை எடுத்துக்கொண்டு மதிய உணவுக்காக கடைக்குப் போக வெளிக்கிட்டனர்.

“ரேணு... சுரபி... நில்லுங்கோ!” பதற்றமாகக் கூப்பிட்டான் செல்வன்.

“என்ன... என்ன நடந்தது, ஏன் இப்பிடிப் பதற்றமாய் இருக்கிறியள்?”

“இல்ல சுரபி, ஆமி காட்டுக்குள்ளால ஊடறுத்து, மூண்டு குறிப்புக்கு இஞ்சாலை வந்திட்டானாம். பனங்காமத்துக்கு அங்காலை ஒருத்தரையும் இயக்கம் விடுதில்லையாம்”

“என்ன... ஆர் சொன்னது உங்களுக்கு?”

சுரபிக்கு நெஞ்செல்லாம் படபடக்கத் தொடங்கியது.

“உங்க ரவுண் முழுக்க உதுதான் கதை... உடன வெளிக்கிடுங்கோ நாங்கள் போய்ப் பாப்போம்.”

"ஐயோ அண்ணா இப்ப நாங்கள் என்ன செய்யிறது? எனக்குப் பயமாய் இருக்குது!"

"ரேணு, அழுது ஆர்ப்பாட்டம் செய்யிறதில ஒண்டுமில்லை. எதுக்கும் பனங்காமம் வரைக்கும் போனால்தான் உண்மை பொய் தெரியும் சைக்கிளை எடுத்துக்கொண்டு வா" என்று சொல்லிவிட்டு, சைக்கிளை எடுத்துக்கொண்டு இருவரும் செல்வனைப் பின்தொடர்ந்தனர்.

பாலி ஆற்றைக் கடந்தபோதே ஏதோ அசம்பாவிதம் நடந்து விட்டதென்று அவர்களுக்கு விளங்கிவிட்டது. பனங்காமம் நட்டாங்கண்டல் பகுதியில் இருந்து சனம் திரள் திரளாக மல்லாவி துணுக்காய் நோக்கி இடம் பெயர்ந்து கொண்டிருந்தனர்.

"அண்ணா என்ன நடந்தது. எங்கே வரைக்கும் ஆமி வந்திட்டான்?" வீதியால் இடம் பெயர்ந்து வந்த ஒருவரிடம் விசாரித்தான் செல்வன்.

"எனக்குத் தெரியேல்லை தம்பி, பனங்காமம் சந்திக்கு அங்காலை ஒருத்தரையும் இயக்கம் விடேல்லை!"

"வெடிச்சத்தம் ஒண்டும் கேக்கேல்லை..!"

"ஆமி சண்டை இல்லாமலே காட்டுக்குள்ளால விழுந்து வந்திட்டான் எண்டு கேள்வி. பனங்காமத்துக்கு அங்காலை இருந்த சனம் எல்லாத்தையும் தன்ர கட்டுப்பாட்டுக்கை கொண்டு வந்திட்டானாம்"

"காலமை நாங்கள் வரேக்கை ஒண்டும் இல்லை. கொஞ்ச நேரத்துக்குள்ள எப்பிடி, நவ்வில அம்மாவும் தங்கச்சியும் தனிய நாங்கள் எப்பிடியும் போக வேணும்."

"நீங்கள் போறதில்ல பலனில்ல. இப்பிடியே திரும்புங்கோ. உங்களை இயக்கம் அங்காலை விடாது. பனங்காமத்திலதான் சண்டை மூளும்போல இருக்குது. எதுக்கும் யோசிச்சுப் போங்கோ."

"சரி அண்ணை... நன்றி" என்ற செல்வன், "எங்கே போறது எண்டுதான் தெரியேல்லை" சுரபியையும் ரேணுவையும் பார்த்தான்.

"அம்மாவும் அக்காவும் என்ன பாடோ தெரியாது!"

ரேணு இன்னும் அழுகையை நிப்பாட்டவில்லை. கண்ணைக் கசக்கிய படி நின்றாள். பசி ஒரு பக்கம் வயிற்றைக் கிள்ளியது.

"இப்போதைக்குக் கயல் வீட்டுக்குப் போவோம்" என்றாள் சுரபி. அதுதான் சரியென்று பட தலையசைத்து விட்டு, "சரி நீங்கள் ரெண்டு பேரும் முன்னால போங்கோ" என்றவன் தானும் சைக்கிளைத் திருப்பிக்கொண்டு அவர்களைப் பின்தொடர்ந்தான்.

***

பனங்காமம் வரை ஆமி சுற்றி வளைத்திருந்த சேதி மாலையளவில் தெரிந்த போது புவனாவும் நதியும் என்ன செய்வது எனத் தெரியாமல் வீதியில் போவோர் வருவோரிடம் விசாரித்துக் கொண்டிருந்தனர்.

"மூண்டு முறிப்புச் சந்தியில கொஞ்சப் பேரை ஆமி பிடிச்சு வைச்சிருக்கிறானாம்" வீதியில் போன ஒருவர் சொன்னதும்,

"அம்மா நான் மூண்டு முறிப்பு வரைக்கும் போய் பாத்தரட்டே? சிலநேரம் அண்ணாவையை ஆமி பிடிச்சிருந்தால்…"

"சரி வா, நானும் வாறன்… போய் என்னெண்டு பாத்து வருவோம்."

"இல்ல அவங்கள் பிடிச்சு வைச்சிருக்கிற ஆக்கள் எல்லாம் வலையன்கட்டு மூண்டு முறிப்புச் சனமாம்" என்றவர், "நீங்கள் போனாலும் உங்களை ஆமி அங்காலை போக விடமாட்டான்" என்றார்.

"கடவுளே என்னதான் செய்யிறது… இவ்வளவு நாளும் இருந்திட்டு இண்டைக்கெண்டு பாத்து இதுகள் வெளிக்கிட்டுட்டுதுகளே இப்ப நான் என்ன செய்ய?"

"அம்மா, நீங்கள் அழுது ஒண்டும் வரப்போறதில்லை. ஏதோ நடக்கிறதைப் பாப்போம் ஊரோட ஒத்ததுதானே."

"இல்ல நதி… இந்தச் சுரபி வேற சொல்லச்சொல்ல வெளிக்கிட்டுப் போட்டுது. நாளைக்கு தகப்பன் தாய்க்கு நான் என்ன சொல்லுவேன்?"

"இவ்வளவு சனமும் போய் வந்த பாதையை இப்பிடி ஒரு சண்டையும் இல்லாமல் ஆமி பிடிப்பான் எண்டு ஆர் நினைச்சது. இதில ஆரையும் ஆரும் குறை சொல்ல ஒண்டுமில்லை. சும்மா அழுறதை விட்டிட்டு உள்ள வாங்கோ… இருளுது"

"அதுகள் அங்க என்ன செய்யுதுகளோ, சாப்பிட்டுதுகளோ, வந்து இடையில எங்கேயும் பிடிபட்டு இருக்குதுகளோ, ஒண்டும்

தெரியேல்லை" புலம்பியபடி படலையைச் சாத்தி விட்டு உள்ளே வந்த புவனா,

"எனக்கு மயக்கம் வாற மாரி இருக்கு நதி..." என்றபடி பாதையிலேயே இருந்துவிட்டாள்.

"அம்மா எழும்புங்கோ" கைத்தாங்கலாகத் தாயைப் பிடித்துக் கொண்டுபோய்ப் படுத்தினாள் நதி.

* * *

"காலை வணக்கம் மக்களே! நாங்கள் இலங்கை இராணுவத்தினர். உங்களைப் பாதுகாக்க வந்திருக்கிறோம். நீங்கள் எல்லாரும் சங்கக் கடைக்கு முன்னால் வரவும். நாங்கள் உங்களோட கலந்துரையாட வேணும். நன்றி வணக்கம்!"

மறுநாள் காலையிலேயே ஊரெல்லாம் ஆமி ஒலிபெருக்கி மூலம் தமிழில் அறிவித்துக்கொண்டு வந்தான்.

"என்ன கோதாரியோ தெரியாது. இவங்கள் இந்தக் காலமையும் எல்லாரையும் வரச் சொல்லுறாங்கள், வா பிள்ள."

"ஓம் அம்மா, வாங்கோ."

இருவரும் சங்கக் கடைக்கு முன்னால் போனபோது ஊரில் உள்ள பெரும்பாலானவர்கள் அங்கு ஏற்கனவே வந்திருந்தனர்.

"இன்னும் ஆரும் வருமா..?" என்று கொச்சைத் தமிழில் கிராம அலுவலரைப் பார்த்துக் கேட்டான் ஒரு ஆமி.

"ஓம் கனபேரின்ர பிள்ளையள், மனிசன்மார், மற்ற குடும்ப ஆக்கள் சிலபேர் ஆஸ்பத்திரி அலுவலாயும் வேற சில அலுவலாயும் மல்லாவிக்குப் போனவை இன்னும் திரும்பி வரேல்லை..."

"அது கொமாண்டர் வந்ததும் பிறகு கதைக்கலாம்" என்றவன் கொமாண்டர் ஜீப்பில் வந்து இறங்குவதைக் கண்டதும் ஓடிச் சென்று அவரிடம் ஒலி வாங்கியை நீட்டினான்.

"வணக்கம் மக்களே! நாங்கள் எல்லாம் இங்க வந்தது உங்களப் பாதுகாக்க. நீங்க பயப்படத் தேவையில்ல. என்ன தேவை எண்டாலும் எங்களிட்ட சொல்லுங்க!"

இராணுவக் கேர்ணலின் பேச்சு மக்களைக் கவருவதாக இருந்தது."

“ஐயா என்ர பிள்ளையள் ரெண்டும் துணைக்குப் போன அண்ணாவின்ர பிள்ளையும் மல்லாவியில இருந்து இன்னும் வரேல. ஆமி பிடிச்சிருந்தா விடச் சொல்லுங்கோ, ஐயா'' கேர்ணலுக்கு கேட்கும் படி கத்தினாள் புவனா.

“இங்க கிட்ட வாங்க அம்மா. நாங்க உங்கள காப்பாத்தத்தான் வந்திருக்கிறோம். பயம் வேண்டாம்.”

நதியின் கையைப் பிடித்தவாறு கேர்ணலுக்கு அருகில் வந்தாள் புவனா.

“ஐயா என்ர பிள்ளையள் ரெண்டும் துணைக்குக் கூடப் போன அண்ணனின் மகளும் இன்னும் மல்லாவிலை இருந்து வரேல்ல...” என்று அழுதபடி அப்படியே நிலத்தில் இருந்தாள் புவனா.

“இதோ பாருங்க, உங்கள்ள ரொம்ப பேருக்கு சொந்தம் எல்லாம் தொலைஞ்சிட்டுது எங்களுக்குத் தெரியும். நாங்க ஆரையும் கைது பண்ணல. மல்லாவில போன மக்களைக் கொட்டியாதான் மறிச்சு வாய்ச்சிருக்கு. நீங்கள் உங்கட சொந்தங்களுக்கு கடிதம் போடுங்கோ திரும்பி வெள்ளைக் கொடியோட வரச் சொல்லி...”

கேர்ணல் மேலும் தொடர்ந்தார்...

“இன்னும் ரெண்டு நாளில உங்களுக்கு வவுனியாக்கு போறதுக்கு பஸ் வரும். நாங்கள் எல்லாருக்கும் பாஸ் தருவோம். நீங்கள் என்ன தேவை எண்டாலும் வவுனியாவுக்குப் போகலாம் வரலாம். உங்கட கிராம சேவக மாத்தையாவை கேளுங்க. நாங்கள் உங்கள எந்தத் தொல்லையும் தர மாட்டோம்.”

கேர்ணலின் பேச்சு வாழைப்பழத்தில் ஊசி ஏத்துவது போல இருந்தது.

இராணுவ அதிகாரி சொன்னதுபோலவே, இரண்டு நாட்களில் வவுனியாவில் இருந்து பஸ் ஓடத் தொடங்கியபோது மக்கள் சொல்ல முடியாத மகிழ்ச்சியில் மூழ்கினர். மக்களைத் தன் பக்கம் கவர என்னவெல்லாம் முடியுமோ அதையெல்லாம் ராணுவம் செய்து கொடுக்கத் தொடங்கியபோது மக்களுக்கு ராணுவம் பற்றிய அச்சம் மெள்ளமெள்ள மறையத் தொடங்கியது.

29

ஒரு வீரை மரத்துக்குப் பக்கத்தில் இருந்தது அவர்களின் மிகச் சிறிய குடிசைவீடு. கயல், அவளின் அம்மா, அப்பா, தம்பி, தங்கை என எல்லாருமே அந்தக் குடிசையில்தான் வாழவேண்டியிருந்தது. ஊரில் மிகவும் செல்வச் செழிப்புடன் வாழ்ந்தவர்களுக்கு இடப்பெயர்வு மிகவும் கஸ்ரத்தைக் கொடுத்திருந்தது. தாங்களும் அவர்களுக்குப் பாரமாக இருப்பதைச் செல்வன் விரும்பவில்லை.

"நாங்கள் கோட்டை கட்டிய குளத்துக்குப் போவோம். அங்கை எனக்குத் தெரிஞ்ச ஓராள் இருக்கிறார். எதுக்கும் நான் தனியப் போய் முதல்ல பாத்திட்டு வரட்டே?"

செல்வன் சொல்வதுதான் சரி என்று பட, "சரி போட்டுக் கெதியா வரப் பாருங்கோ" என்றாள் சுரபி. அடுத்தநாள் காலையில் கோட்டை கட்டிய குளம் போன செல்வன் மாலையிலேயே திரும்பியிருந்தான்.

இதற்கிடையில் மாங்குளத்தில் இருந்து மல்லாவி நோக்கி ஆமி செல் அடிக்கத் தொடங்கியபோது, "நாங்கள் இஞ்சை இருக்கிறதும் அவ்வளவு நல்லாய் படேல்ல. எங்களோட வாங்கோ, கோட்டை கட்டிய குளத்தில எனக்குத் தெரிஞ்ச ஆக்கள் இருக்கினம் அங்க போவோம்" என்றான் செல்வன்.

"இல்லை எங்களுக்கு இஞ்சதான் நல்லது. இனசனம் எல்லாம் சுத்தி இருக்குது."

சுரபி எவ்வளவு சொல்லியும் கயலின் அப்பா வர மறுக்க வேறு வழியில்லாமல் அவர்களிடம் விடைபெற்றுக் கோட்டை கட்டிய குள்த்துக்கு வந்து சேர்ந்தார்கள்.

ஜேசுராசாவும் அவரின் மனைவி ராஜியும் மிகவும் அன்பானவர்கள். தங்களுடைய வறுமைக்கு இடையிலும் தங்களிடம் இருந்த சட்டி பானை முதல் கொண்டு எல்லாவற்றிலும் சிறு பங்கு போட்டுக்கொடுத்து தங்களில் அடுப்படிக் கொட்டிலை நிரந்தரமாகவே அவர்களுக்குக் கொடுத்தனர்.

கோட்டை கட்டிய குளத்துக்கு வந்து ஒரு மாத காலத்துக்குள் சுரபி முழுவதுமாக ஒரு பொறுப்பான குடும்பப் பெண்ணாகவே மாறியிருந்தாள். அடுப்படியில் சமைத்துக்கொண்டிருந்தாள் சுரபி. இன்னொரு பக்கம் ரேணு தேங்காய் துருவிக்கொண்டிருந்தாள். ஜேசுராஜாவுடன் கூலி வேலைக்குச் சென்ற செல்வன் கையில் கிடைத்த காசுடன் வீட்டுக்குத் திரும்பியிருந்தான்.

அவனுக்குச் சுரபியைப் பார்க்கப் பாவமாக இருந்தது. அவளிடம் இருந்த அந்த ஒரு நல்ல சட்டையும் கிழியும் நிலையில் இருந்தது. அவளும் அவள் இருந்து சமைத்துக்கொண்டிருந்த கோலமும் அவனை ஏதோ செய்தது.

“சுரபி எங்களை மன்னிச்சுக்கொள்ளுங்கோ. ரேணு என்ர தங்கச்சி அவள் என்னோட கஷ்ரப்பட வேணும் எண்டு எழுதி இருக்கு. உங்களை நாங்கள் தேவையில்லாமல் எங்கட கஷ்டத்தில இழுத்திட்டோம்!”

“இதில என்ன இருக்குது செல்வன், சும்மா தேவையில்லாமல் யோசிக்கிறத விட்டிட்டு முதல்ல சாப்பிட வாங்கோ.”

“அண்ணா என்ன வேலைக்குப் போனனீ, உங்க கை பார்... உள்ளங்கை எல்லாம் பொக்கிளிச்சிப் போய் இருக்குது!”

“அது... அத விடு. வீடு கட்டிறதுக்கு மண்ணிலே கல்லு அரிஞ்சு குடுக்கிற வேலை. அது ரெண்டு நாளில மாறிடும். நீ பேசாமல் சாப்பிடு.”

“நீங்கள்தான் செல்வன் உண்மையில பாவம். அந்தப் பக்கம் அம்மாவும் நதியும்... இஞ்ச ரேணு. இதுக்கிடையில பாரமா நான் வேற.”

"நாங்கள் அங்காலை ரெண்டுபேர், இஞ்சாலை ரெண்டு பேர் எண்டு பிரிஞ்சு இருக்கிறோம். ஆனால் நீங்கள்தான் காரணமே இல்லாமல் தனிச்சுப் போனியல்."

"நீங்கள் ரெண்டுபேரும் துணைக்கு இருக்க எனக்கென்ன பயம். உண்மையைச் சொன்னால் இதுவும் ஒரு நல்ல அனுபவமாய்த்தான் இருக்குது. எல்லாரும் இடப்பெயர்வு எண்டு சொல்லேக்கை எனக்குத் தெரியேல்லை. இப்பதான் விளங்குது எவ்வளவு கொடுமை எண்டு!"

"அண்ணா பாவம்! அம்மாவும் அக்காவும் என்ன செய்யினமோ தெரியாது."

"அதுதான் ரேணு ஒண்டும் விளங்கேல்லை. உனக்கு வேற ஏ.எல் ரெஸ்ட் வருது. எல்லாம் என்னைப் போட்டுக் குழப்புது"

"செல்வன் நாங்கள் ஒருக்கால் கல்விக்கழகத்தில கேட்டுப் பாப்போமே. எப்பிடியும் ஏ.எல் ரெஸ்ட்டுக்கு ரேணு வவுனியாக்குப் போக வேணும் எண்டுதான் நினைக்கிறேன். ஏதாவது வழி இருக்கலாம்"

"யோகி மாமாக்கள் இப்ப கிளிநொச்சியில இல்லையாம். அங்கை பிரச்னை எண்டு கந்தபுரத்துக்கு இடம் பெயர்ந்திட்டினமாம். அவரையும் ஒருக்கா போய்ப் பாத்தால் நல்லது. ஏ.எல் ரெஸ்ட் பற்றி அவருக்குத் தெரிஞ்ச ஆரையாவது கேட்டுப் பாக்கலாம், என்ன செய்யிறதெண்டு" சொல்லிக்கொண்டே சாப்பிடத் தொடங்கினான்.

***

தமிழீழப் போக்குவரத்துப் பணிமனையில் அவ்வளவாகக் கூட்டம் இல்லை. கல்விக்கழகத்தில் வாங்கிய கடிதத்தைப் பொறுப்பாளரிடம் நீட்டியபோது. கடிதத்தை வாங்கிப் பார்த்தவர்,

"இதில ஆர் ரேணுகா..?" என்றார்.

"நான்தான் அண்ணா" என்றாள் ரேணு.

"குடும்ப அட்டையைத் தாங்கோ."

"நாங்கள் ஒண்டும் எடுத்து வரேல்ல. மல்லாவிக்கு செமினாருக்கு வந்த இடத்தில திரும்பிப் போகேலாமல்

தியா | 123

போச்சுது. நல்ல காலமாய் பேர்சில அடையாள அட்டை இருந்தது. இந்தாங்கோ இது மட்டும்தான் இப்ப இருக்குது!"

மூன்று பேருடைய அடையாள அட்டைகளையும் எடுத்து நீட்டினாள் ரேணு. செல்வனும் சுரபியும் எதுவுமே பேசாமல் அமர்ந்திருந்தனர்.

"எப்ப பரீட்சை எண்டு சொன்னனீங்கள்?"

"ஆவணி இருபத்திரண்டு..."

"நீங்கள் மட்டும் போறத்துக்கு அனுமதி தரலாம். மற்ற ரெண்டு பெரும் இப்ப போக வேண்டிய தேவை இல்லைத்தானே?"

"இல்லை அண்ணா, அவள் தனியப் போகமாட்டாள் நானும் துணைக்குப் போக வேணும்."

செல்வன் அப்படிச் சொன்னதும் மேலும் கீழும் பார்த்து விட்டு, "இந்தக் கடிதத்தில உங்களுக்கு அனுமதி குடுக்கச் சொல்லி இல்லை. சரி நான் உங்களுக்கு அனுமதி தந்தால் அடுத்ததா இவாவைத் தனிய விட்டிட்டுப் போகேலாது. இவாக்கும் தாங்கோ எண்டுவியள் என்னால ஒண்டும் செய்ய ஏலாது. எதுக்கும் நீங்கள் நிர்வாக சேவையில போய் ஒரு கடிதம் வாங்கி வாங்கோ" என்று சொல்லிவிட்டு எல்லா ஆவணங்களையும் செல்வனிடம் திருப்பிக் கொடுத்தார்.

ஒரு பத்துத் தொடக்கம் இருபது நிமிட சைக்கிள் ஓட்டத்தில் நிர்வாக சேவை அலுவலகம் இருந்தது.

"வணக்கம்... வாங்கோ..."

"வணக்கம் அண்ணா."

"சொல்லுங்கோ, என்ன அலுவலா வந்திருக்கிறியள்?"

"அண்ணா இவாவின்ர பெயர் சுரபி. இது என்ர தங்கச்சி ஒரு செமினாருக்காக மல்லாவிக்கு வந்தனாங்கள். வந்த இடத்தில நவ்விய ஆமி சுத்தி வளைச்சிட்டான். அம்மாவும் என்ர மற்றத் தங்கச்சியும் ஆமிக்குள்ள பிடிபட்டினம் அவையளின்ர நிலைமை தெரியேல்லை. இப்ப இவளுக்கு ஏ.எல் பரீட்சை வருது தனிய விடப் பயமாய் இருக்குது. அனுமதி கேட்டுப் பாஸ் ஒஃபீசுக்குப் போன்னாங்கள். அவையள் தங்கச்சிக்கு மட்டும்தான் தருவோம்

எண்டுகினம். நாங்கள் மூண்டு பேரும் போறதெண்டால் நல்லாயிருக்கும். சுரபி எங்களுக்கு உதவுறதுக்காக மல்லாவிக்கு வந்தவா. அவாவின்ர அம்மா அப்பாவும் ஆமிக்குள்ள பிடிபட்டினம். நாங்கள் ஆமிக்குள்ள விரும்பிப் போகேல்லை எங்கட பெற்றோர் அங்க பிடிபட்டினம். எங்கட காலம் முழுக்க இயக்கக் கட்டுப்பாட்டிலதான் வாழ்ந்தனாங்கள். இப்ப இது காலத்தின் கட்டாயம். தயவுசெய்து எங்களுக்கு ஏதாவது உதவி செய்யுங்கோ."

பொறுப்பாளரைப் பார்த்துச் செல்வன் கேட்டதும்,

"எப்ப எங்கே இருக்கிறியள்?" என்றார் பொறுப்பாளர்.

"கோட்டை கட்டிய குளம்..."

எழுதி வைத்திருந்த தாளை நீட்டினான்.

"உங்கட தற்காலிக முகவரியைப் போட்டு, நீங்கள் இதெல்லாத்தையும் ஒரு கடிதமாய் எழுதித் தந்திட்டுப் போங்கோ. நாங்கள் பத்து நாளுக்குள்ள உங்களுக்கு முடிவு அனுப்புறோம்" என்றார் பொறுப்பாளர்.

கடிதத்தை எழுதி அவரிடம் கொடுத்துவிட்டுப் பேனையை அவரின் மேசையில் வைத்த பின் நன்றி கூறி விடை பெற்றனர்.

* * *

சரியாகப் பன்னிரண்டு நாட்கள் கழித்து நிர்வாகச்சேவைக் கடிதம் மற்றும் கல்விக்கழகக் கடித்தத்துடன் போக்குவரத்துப் பணிமனையில் போய் நின்றபோது மறு பேச்சின்றி மூவரும் வவுனியா போவதற்கான அனுமதியைப் எழுதிக் கொடுத்த பொறுப்பாளர்,

"உயர்தரப் பரிட்சையில் நல்ல சித்தி பெற வாழ்த்துகள்!" என்றார் ரேணுவைப் பார்த்து.

30

மூன்று பேருடைய சைக்கிள்களையும் வித்துக் கிடைத்த பணத்தை வழித் துணையாகக் கொண்டு, பல நாள் அலைச்சலுக்குப் பிறகு உயிலங்குளம் சோதனைச் சாவடி வழியாக வவுனியாவை அடைந்தவர்கள், அங்கிருந்து பஸ் மூலம் நவ்வியை வந்தடைந்தார்கள்.

மறுநாள் காலையில் கிராம சேவகரின் பதிவுகள் முடித்த பின் கொம்பு வைத்த குளத்தில் ஆமியின் பதிவுக்காக ஒருநாள் முழுக்கக் காத்திருந்து பல கட்ட விசாரணைக்குப் பிறகு பாஸ் எடுத்துக்கொண்டு வீடு திரும்பினார்கள்.

''அங்கிள் உங்கட மகளைப் பத்திரமாய் உங்களிட்ட ஒப்படைக்கிறதுக்கில்ல நான் பட்டபாடு சொல்லில அடங்காது!''

செல்வனின் நேர்மையும் அன்பும் அம்பிகை பாலனை ஒருநிமிடம் மெய் சிலிர்க்கச் செய்தது.

''நன்றி தம்பி, அவள் உங்களோட இருக்க எனக்கென்ன பயம். நான் வவுனியாவால வந்ததும் புவனா கத்தி ஆர்ப்பாட்டம் போட்ட போதே நான் புவனாக்குச் சொல்லிட்டேன். எனக்கு என்ர பிள்ளையைப் பற்றிக் கவலை இல்லை எண்டு. நீங்கள் பக்கத்தில இருக்க எனக்கு என்ன கவலை?'' என்று தகப்பன் சொல்லச்சொல்ல செல்வனையே வைத்தகண் வாங்காமல் பார்த்துக்கொண்டிருந்தாள் சுரபி.

எதுவும் சொல்லாமல் சிரித்தபடி சென்ற செல்வன் மறையும் வரை கண்களில் ஒரு இனம் புரியாத மிரள்ச்சியுடன் பார்த்துக் கொண்டிருந்தவள்,

"இப்பிடி ஒருத்தனோட நாலு மாசத்தை கழிச்சிருக்கிறேன். என்ன ஒரு அருமையான பொடியன். பக்கத்தில இருந்த இத்தினை நாளும் தெரியேல்லை, இப்பதான் விளங்குது..." என்று மனதில் நினைத்தபடி படலையைத் திறந்துகொண்டு உள்ளே போனாள்.

***

ரேணு ஏ.எல். பரீட்சைக்காகக் கடுமையாகப் படித்துக் கொண்டிருந்தாள். இந்தமுறையும் இடப்பெயர்வு அவளுடைய படிப்பை வெகுவாகப் பாதித்திருந்தது.

"அம்மா... யோகி மாமாவை கந்தபுரத்தில கண்டு கதைச்சனான். கிளிநொச்சியில இருந்து இடம் பெயர்ந்து இப்ப கந்தபுரத்தில இருக்கினமாம். அவையளுக்கும் சரியான கஸ்ரம் போல இருக்கு."

"எங்களுக்கு சரியான நேரத்தில உதவி செய்தவை தம்பி, எங்களால உதவி செய்ய முடியேல்லை எண்டு நினைக்கக் கவலையாய் இருக்கு."

"ஓம் அம்மா, எனக்கும் சரியான கவலையாய் போட்டுது" என்று சொல்லியவன், "அம்மா நான் படுக்கப்போறேன் விடிய எழும்பி மந்து வெட்ட வேணும். பின்னுக்கெல்லாம் ஒரே பத்தையாய் இருக்கு."

ஓலைப்பாயை விரித்துப் படுத்தான்.

இரவு முழுவதும் புரண்டுபுரண்டு படுத்தாலும் அவனால் தூங்க முடியவில்லை. ஒரு இனம் புரியாத உணர்ச்சி. கண்ணை மூடியதும், சுரபி அடுப்படியில் சமைத்துக்கொண்டிருப்பது போலவும், உள்ளங்கையில் உள்ள கொப்பளங்களுக்கு அவள் மஞ்சள் தடவுவது போலவும் கனவு வந்து அடிக்கடி தொந்தரவு செய்தது.

காலையில் காட்டுக்கத்தியை எடுத்துக்கொண்டு அங்கங்கு முளைத்திருந்த மந்துப் பற்றைகளை வெட்டிக் கூட்டிக் கொண்டிருந்தான் செல்வன். நதியும் புவனாவும் இன்னொரு பக்கத்தில் காய்ந்த பற்றைகளைக் கூட்டி அள்ளி, எரியும் நெருப்பில் போட்டுக்கொண்டிருந்தார்கள்.

"வந்து ரெண்டு நாள் ஆகெல்லை... அதுக்குள்ளே ஐயா வேலையில இறங்கிட்டார்..!"

திரும்பிப் பார்த்த செல்வனுக்கு இழந்த ஏதோ ஒன்று திரும்பக் கிடைத்த உணர்வு.

"வாங்கோ சுரபி. அம்மாவும் நதியும் அந்தப் பக்கம் நிண்டவை இப்பதான் வீட்டை போனவை."

"தெரியும் நானும் பாத்தனான். ஏன் உங்களோட இனிக் கதைக்கக் கூடாதோ..?"

"சீ, அப்பிடியெண்டில்லை..."

"பிறகென்ன?"

"இரவில படுத்தால் நித்திரை வருதில்லை. ஒரே பழைய நினைவுகள்தான் சுத்திச்சுத்தி வருது. இதில பகிடி என்னெண்டால், ராத்திரி திடீரெண்டு கனவிலே நீங்கள் சமைச்சுக்கொண்டிருக்கிற மாதிரி ஒரு கனவு"

"எனக்கும்தான் கனவு வந்தது. அது எப்ப நனவாகுமா தெரியேல்லை?" என்றவள்.

"நான் மாமிட்ட போறேன்" சொல்லிவிட்டு நடந்தாள்.

"என்ன சொன்னனின்கள்?"

".................."

"நில்லுங்கோ சுரபி" என்றபடி மண்வெட்டியைத் தூக்கிக் கீழே போட்டுவிட்டு அவளைப் பின் தொடர்ந்தான்.

* * *

ஓமந்தை கமநல சேவைகளின் ஏற்பாட்டில் வவுனியாவில் இருந்து நெல் ஏற்றுவதற்காக வந்திருந்த லொறிகள் நவ்வி சங்கக்கடையில் அணி வகுத்து நின்றன. ஒரு பக்கத்தில் ஒவ்வொருத்தருக்கும் மானிய விலையில் உரம் மற்றும் விவசாயத்துக்குத் தேவையான பொருட்களை வழங்கிக் கொண்டிருந்தனர். இன்னொரு பக்கத்தில் ஊராக்களிடம் இருந்து நெல் கொள்வனவு செய்தனர்.

அம்பிகைபாலன் மூன்று, நான்கு வாரங்களுக்கு முன்னரே தனது நெல்லை விற்று விட்டதனால் அவருடைய வீட்டுக் கொம்பறையில் செல்வனுடைய, நெல் மூட்டைகள் மட்டுமே எஞ்சியிருந்தன. காலையில் இருந்தே நெல்லை சாக்கு மூட்டையில் கட்டிக்கொண்டிருந்தான் செல்வன். அம்பிகைபாலனுக்குக் காலைச் சாப்பாடு கொண்டு போயிருந்தாள் செண்பகம். சற்று

நேரத்துக்குள் தேநீர் கோப்பையுடன் செல்வனுக்கு முன்வந்து நின்றாள் சுரபி.

"ஏன் சுரபி உங்களுக்கு இந்த வேலை..? நான் காலமையே தேத்தண்ணி குடிச்சுட்டுதான் வந்தனான்."

"ஓ! ஐயா இனி என்ர கையால ஒண்டும் வாங்கிக் குடிக்க மாட்டியளோ. அப்ப எல்லாம் கோட்டை கட்டின குளத்தோட முடிஞ்சுது போல."

"ஐயோ, நான் அந்த அர்த்தத்தில் சொல்லேல்ல."

"அப்ப என்ன?"

"நான் ஒண்டும் சொல்லேல்லை. இஞ்சை தாங்கோ" என்றவன் தேத்தண்ணியை வாங்கி மடக்கு மடக்கெண்டு குடித்துவிட்டு, 'நன்றி' சொல்லிக் கப்பை நீட்டியவன், "அதுசரி நேற்று பேச்சுவாக்கிலே எங்கட அம்மாவை மாமி எண்ட மாதிரி இருந்தது. என்ன அர்த்தத்தில அப்பிடிச் சொன்னியளோ தெரியாது."

"விளங்கேல்லையோ... விளங்காதமாரி நடிக்கிறியளோ!"

".................."

"இன்னும் விளங்கேல்லை எண்டால் நான் என்ன செய்யிறது. நீங்கள் நிறைய இலக்கியம் படிச்சவர் ஓடி விளங்குமெண்டு நினைச்சேன். செல்வன்... எனக்கு சுத்தி வளைச்சுப் பேசத் தெரியேல்லை. உங்கட மனசில நான் இல்லை எண்டால் விடுங்கோ. நான் இனிமேல் ஒண்டும் சொல்லேல்லை. நாலு மாசம் காணாது வாழ்நாள் முழுக்க எனக்கு உங்களோட இருக்க ஆசையாய் இருக்குது. ஏற்கிறதும் மறுக்கிறதும் உங்கட உரிமை" என்று சொல்லிவிட்டுத் தேநீர்க் கப்பை எடுத்துக்கொண்டு அடுப்படியில் சென்று மறைந்தாள்.

* * *

எல்லாக் கணக்கையும் ஒரு ஒற்றையில் எழுதிக் கூட்டிக் கழித்துக்கொண்டிருந்தான் செல்வன். நெல்லு வித்த காசில் கடன் போக ஐம்பதாயிரம் ரூபாக்கு மேல் மிஞ்சியது. இப்பிடி ஒரு பெரிய தொகையை முதன் முதலாக இப்பதான் அவர்களின் வாழ்நாளில் பார்க்கிறார்கள்.

"தம்பி நான் ஒண்டு கேக்கிறேன் சொல்லுறியே..?"

தியா | 129

“என்னம்மா புதிர் போடுறியள்?”

“இல்லை... இப்ப இருக்கிற சூழலில நாங்கள் வவுனியா போய்த் திருகோணமலையால திரும்பவும் குப்பிளானுக்குப் போனால் என்ன?”

இந்தக் கேள்வியைச் சற்றும் எதிர்பார்க்காத செல்வன் திகைத்துப்போய் நின்றான்.

“என்னம்மா திடீரெண்டு குண்டத் தூக்கிப்போடுறியள்!”

“இல்லை, எங்களுக்கு அம்பி அண்ணையை விட்டால் சொந்தம் எண்டு சொல்ல ஒருத்தரும் இஞ்ச இல்லை. ஊருக்குப் போனால் இன சனத்தோட என்ர கடைசி காலத்தைக் கடத்திட்டுப் போகலாம். உங்களையும் உங்கட இன சனத்தோட சேர்த்து வைத்த திருப்தியோட போய்ச் சேர்ந்திடுவேன்.”

“சும்மா தேவையில்லாததை எல்லாம் கற்பனை பண்ணி மனச குழப்பாமல் போய்ப் படுங்கோ அம்மா” என்ற நதியைப் பார்த்து, “நான் உங்களுக்காகத்தான் சொல்லுறேன். உங்களுக்கும் வயசு வந்திட்டுது. உங்கள ரெண்டு பேரையும் கட்டிவைச்சிட்டால் கொண்ணனுக்கு பொறுப்புக் குறைஞ்சிடும். ஊருக்குப் போனால்தான் எல்லாம் சரியாகும்.”

“ரேணுவுக்கு ஏ.எல்., முடியட்டும் எல்லாம் யோசிப்போம்.”

“நீ சொல்லுறது சரிதான் தம்பி. நான் ஒண்டும் இப்ப நாளைக்கே போவோம் எண்டு சொல்லேல்லை. ஆனால் ஒண்டு மட்டும் சொல்லிப் போட்டேன், சில நேரம் நான் செத்துப்போனால் என்ர சாம்பலையாவது காடாகடம்பையில போட்டுடுங்கோ!”

செல்வனுக்கு இதுக்கு மேல என்ன சொல்வது என்று தெரியவில்லை. கணக்கு எழுதிய ஒற்றையையும் பேனையையும் வைத்துவிட்டுப் படுக்கப்போனான்.

இன்றும் தூக்கம் வர மறுத்தது. ஒருபக்கம் சுரபி சொன்ன சொல் திருப்பித்திருப்பி வந்து அவனைத் தொந்தரவு செய்ய, இன்னொரு பக்கம் தாயின் தவிப்பு எல்லாம் ஒன்று சேர்ந்து அவனின் நித்திரையைத் தின்றுகொண்டிருந்தன. நேரம் சாமம் நெருங்கிக்கொண்டிருந்தபோது மனதுக்குள்ளும் பெரும் பெரும் புயல் அடிக்கத் தொடங்கியிருந்தது. வெளியே ஆவணி மாதத்து மழை திடீரென்று பெரும் இடியுடன் கொட்டத் தொடங்கியது.

31

ரேணுவின் பரீட்சை முடிந்த சில வாரங்களில் கரிப்பட்ட முறிப்பு மாங்குளம் பகுதியில் நடந்த சண்டையில் படுதோல்வி அடைந்த ராணுவம் பின்வாங்கத் தொடங்கியபோது திடீரென்று ஒருநாள் எல்லா ஆமிக்காரங்களும் ஊரை விட்டு வெளியேறினார்கள். காலையில் ஆமி போக மாலையில் இயக்கம் பழையபடி வந்தது. ஒரு நாளுக்குள் எல்லாமே மாறிவிட்டது. சொல்லாமல் வந்த ஆமி சொல்லாமலே போனபோது யாரும் அதைப் பெரிதாக எடுக்கவில்லை.

காலம் உருண்டோடியபோது செல்வனுக்கும் சுரபிக்கும் இடையில் முளை விட்டிருந்த காதல், பெரு விருட்சமாகிக் கிளை பரப்பத் தொடங்கியது. அவர்களுடைய காதலுக்குச் செண்பகத்திடம் இருந்தோ, புவனாவிடம் இருந்தோ எந்த எதிர்ப்பும் வரவில்லை என்பதே அவர்களுக்குப் பெரும் ஆறுதலாக இருந்தது.

ஆனால், புவனா ஒன்று மட்டும் சொல்லிவிட்டாள், "தம்பி... நதிக்கும் ரேணுவுக்கும் கலியாணம் முடிய நீ என்னண்டாலும் செய்!" என்று கறாறாக அவள் சொல்லியபோது அதற்கு மேல் அவனால் எதுவுமே பேச முடியவில்லை.

ஒரு வருடத்துக்குள் சமாதானப் பேச்சுவார்த்தை தொடங்கி, பாதை திறந்த நாளில் இருந்து நிரந்தரமாக யாழ்ப்பாணம் போவது பற்றி அடிக்கடி பேச்சு எழுந்தபோதெல்லாம், "சுரபியைக்

கலியாணம் செய்யாமல் யாழ்ப்பாணம் வரமாட்டேன்" என்று பிடிவாதமாக இருந்துவிட்டான்.

* * *

சாக்குக் கட்டிலில் படுத்திருந்த அம்பிகைபாலனுக்கு வலப் பக்கத்தில் இருந்த தூணில் சாய்ந்தபடி காயம் பட்ட அந்தக் காலை நீட்டி வைத்திருந்தாள் புவனா. அவளுக்கு எதிர்த்திசையில் உள்ள தூணில் சாய்ந்தபடி செண்பகம் அமர்ந்திருந்தாள்.

"அண்ணா சொல்லுங்கோ... என்ன புதினம். வரச்சொன்னிங்களாம்?"

தூணில் சாய்ந்தபடி இருந்த புவனாவின் கேள்விக்கு அவரால் என்ன பதில் சொல்வது என்று தெரியவில்லை.

"இல்லை... அவருக்குத் தெரிஞ்ச ஆரோ ஒருத்தரின்ர மகனுக்கு சுரபியைப் பெண் கேக்கினம். சுரபியின்ர நிலைமை எல்லாருக்கும் தெரியும்தானே. அவள் கட்டினால் செல்வனைத்தான் கட்டுவேன் எண்டு ஒற்றைக் காலில நிக்கிறாள்."

புவனாவைப் பார்த்துச் சொன்ன செண்பகம், "இப்ப நாங்கள் என்ன செய்யலாம் நீங்களே இதுக்கு ஒரு தீர்வைச் சொல்லுங்கோ" என்றாள் புவனாவைப் பார்த்து.

"நான் என்ன அண்ணி சொல்லுறது, அண்ணை நீங்கள் சத்தம் போடாமல் இருந்தால் என்னமாரி, நீங்கள்தான் இதுக்கு ஒரு முடிவைச் சொல்ல வேணும்"

"இல்லை புவனா, அடைக்கலம் தேடி வந்ததுகளை மடக்கிட்டுதுகள் எண்டு நாளைக்கு ஊருக்குள்ள ஒண்டும் சொல்லக் கூடாது, கண்டியளோ. அதுதான் எனக்கு ஒரே யோசனையாய் இருக்குது!"

"சுரபியைக் கலியாணம் செய்யாமல் யாழ்ப்பாணம் வரமாட்டேன் எண்டு செல்வன் நிக்கிறான். எனக்கும் ரெண்டு பொம்பிளைப் பிள்ளையள் கட்டாமல் இருக்க எப்பிடி?"

"அதுதான் நான் சொல்லுறேன் எண்டு குறை நினைக்க வேண்டாம். வடிவா யோசிச்சு உங்கட முடிவைச் சொல்லுங்கோ, அவசரம் இல்லை" என்றவர்,

“உங்களுக்குத் சம்மதம் எண்டால் சொல்லுங்கோ அந்தப் பொடியனுக்கு நதியைக் கேட்டுப் பாப்போம்” என்றார்.

“அண்ணா... நீங்கள் சொல்லுறதிலயும் ஒரு ஞாயம் இருக்குதுதான். எதுக்கும் நான் ஒருக்கா பிள்ளையளோட கதைச்சிட்டுச் சொல்லுறேன்” என்றவள்,

“அண்ணி அப்ப நான் போட்டு வாறன்.”

படலையைத் திறந்து கொண்டு வீடு நோக்கி நடந்தாள்.

விசுக்குவிசுக்கென்று கை வீசியபடி எதிரில் நடந்து வந்துகொண்டிருந்த கோமளம் கையை நெற்றியில் வைத்து வெயிலை மறைத்தபடி, “ஆர் புவனாவே... எப்பிடி இருக்கிறாய்?” என்றாள்.

நவ்விக்கு வந்த இந்த ஏழு வரிசத்தில கோமளத்தோட புவனா கதைப்பது இது மூன்று அல்லது நாலாவது முறையாக இருக்கலாம்.

“நாங்கள் நல்லாய் இருக்கிறோம் அக்கா. அதுசரி உங்கட மோனுக்கு ஆம்பிளைப் பிள்ளை பிறந்தது எண்டு கேள்விப் பட்டனான். அப்ப பேரன் எப்பிடி இருக்கிறான்?” என்றாள்.

“பேரன் உடும்பு பிடிக்கத் தொடங்கியே ஒரு மாசம் ஆச்சுது”

“என்னது நேற்றுத்தான் கேள்விப் பட்டமாரி இருக்கு, அதுக்கிடைல உடம்பு பிராட்டினானோ..?”

“காலம் அப்பிடி வேகமாய் போகுது கண்டியோ. அதுசரி உன்ர மோனுக்கும் என்ர அண்ணற்ற மொளுக்கும் ஏதோ அப்பிடி இப்பிடி எண்டு கேள்விப் பட்டனான். அப்ப எப்ப கலியாணம்?”

“அதெல்லாம் யோசிப்போம்” என்றவள், இதற்கு மேலும் கதையை வளர்க்க விரும்பாதவளாக, “சரியான வெய்யிலாய் இருக்குது நான் வாறன் அக்கா” என்றபடி விடைபெற்றாள்.

32

அம்பிகைபாலனின் ஏற்பாட்டில் நதிக்குத் திருமணம் முடிந்த ஒரு வருடத்துக்குள்ளேயே அவருக்கு அடிக்கடி வருத்தம் என்று வவுனியாவுக்கும் நவ்விக்கும் இடையில் அலைந்து திரிந்தார். சுமதியும் கணவனுடன் லண்டன் போய்விட அவளுடைய வவுனியா வீட்டில் போய் இருக்கலாம் என முடிவெடுத்தார்கள் அம்பிகைபாலனும் செண்பகமும். இதற்கிடையில் நதி கணவனிடம் சுவிசுக்குப் போய்விடச் சுரபிக்கும் செல்வனுக்கும் இரு வீட்டார் சம்மதத்துடன் பெரும் எடுப்பில் கலியாணம் நடந்தது.

கலியாணம் முடிந்த நாளில் இருந்து தாயையும் ரேணுவையும் தன்னுடன் கூட்டிச் சென்றுவிட்டான் செல்வன். இரண்டு வருடங்களில் நதிக்குத் தெரிந்த ஒருவர் மூலம் ரேணுவுக்கும் நல்ல சம்மந்தம் ஒன்று தேடி வந்தது. அவளும் கலியாணம் செய்து சுவிஸுக்கும் போய்விட, புவனா செல்வனுடனேயே நிரந்தரமாகத் தங்கிவிட்டாள்.

"தம்பி நான் தனியவெண்டாலும் குப்பிளானில போய் இருக்கட்டே. கடைசிகாலத்தில எண்டாலும் கொப்பா வாழ்ந்த வீட்டில வாழவேணும் எண்டு ஆசையாய் இருக்குது. இதுதான் என்ர கடைசி ஆசை. செத்தாலும் காடாகடம்பையிலதான் நான் எரிய வேணும்!"

அண்மைய நாட்களில் அடிக்கடி புவனா செல்வனைப் பார்த்துக் கேக்கும் கேள்வியாக இது மாறியிருந்தது.

“மாமி எனக்குக் குழந்தை பிறக்க இன்னும் மூண்டு மாசம்தான் இருக்குது. குழந்தை பிறந்து துடக்குக் கழிச்சு முடிய நாங்கள் எல்லாரும் குப்பிளானில போய்க் கொஞ்சநாள் இருப்போம். பிடிச்சிருந்தால் நாங்கள் எல்லாரும் அங்கேயே இருப்போம்”

“நீ சொல்லுறதும் சரியாய்தான் இருக்குது. இப்போதைக்குக் குழந்தை சுகமாய்ப் பிறக்க வேணும் அதுதான் முக்கியம். நான் சும்மா வாயில வந்ததை உளறுறேன். நீ வேற ஒண்டையும் மனசில போட்டுக் குழப்பாதை” சுரபியைத் தேற்றினாள் புவனா.

“இல்லை மாமி நாங்கள் இன்னும் எண்ணி ஐஞ்சு மாசத்தில குப்பிளானில இருப்போம்” என்ற சுரபியைப் பார்த்து, “உன்ர வாய் பொன் வாயாய் இருக்க வேணும்” என்றாள் புவனா.

* * *

குழந்தை பிறக்கும் நாள் கிட்ட வரவரச் செல்வனுக்குப் பயம் அதிகமாகியது. தாயைத் தனியாக நவ்வியில் விட்டிட்டுப் போகவும் மனமில்லை. அதேநேரம் ஆமிக்கு இயக்கத்துக்கும் கிழக்கு மாகாணத்தில் ஆரம்பமாகிய சின்னச்சின்ன முரண்பாடுகள் வட பகுதிக்கும் விரிவடையத் தொடங்கியிருந்தது. இதனால் வவுனியாவுக்குப் போய் வருவதும் அலைச்சல் மிகுந்ததாக மாறத் தொடங்கியதால் குழந்தை பிறக்கும் வரை கொஞ்ச நாளைக்கு சுரபியைக் கூட்டிக்கொண்டு வவுனியாவில் இருப்பதென முடிவெடுத்திருந்தார்கள்.

“அங்க அண்ணாவும் அண்ணியும் இருக்கினம்தானே. தாய் தேப்பனைவிட நான் என்னத்தைப் பாக்கப்போறேன். நீ அவளைக் கூட்டிக்கொண்டு போய் குழந்தை பிறக்கும் வரைக்கும் நிண்டிட்டு வா!”

தொடுக்கிலும் வர மாட்டேன் என்று புவனா மறுத்து விட, வேறு வழியில்லாமல் புவனாவை நவ்வியில் விட்டிடுப் போயிருந்தான் செல்வன்.

வவுனியாவுக்குப் போய்க் கொஞ்ச நாளிலேயே பாதையை மூடி ஆமி சண்டையை வலிந்து தொடங்கிய போது அவனால் எதுவும் செய்ய முடியவில்லை. கச்சேரிக்கும் ஆஸ்பத்திரிக்கும் என்று அலைந்து திரிந்து களைத்துப் போய்விட்டான். இப்பிடியொரு சண்டையில் முடியும் என்று யாரும் எதிர்பார்த்திருக்காத தருணம் எல்லாப் பக்கத்தில்

இருந்தும் வன்னியை நோக்கி ஆமி முன்னேறியதால் திரும்பிப் போவதற்கான எந்தச் சந்தர்ப்பமும் அவனுக்குக் கிடைக்கவில்லை.

நாளும் போலும் கவலையுடன் இருந்த செல்வனைப் பார்க்க பரிதாபமாக இருந்தது. குழந்தை பிறந்த சந்தோசத்தைக் கூட அவனால் கொண்டாட முடியவில்லை. இதற்கிடையில் வெளிநாட்டில் இருந்து தங்கைமாரின் அழுகை அவனை ஒவ்வொரு நொடியும் வதைத்துக்கொண்டிருந்தது.

"சீ... இப்பிடி அம்மாவைத் தனியா விட்டிட்டு நாங்கள் வந்திருக்கக் கூடாது."

அண்மைய நாட்களில் மந்திரம் போல அடிக்கடி அவன் சொல்லும் வாக்கியமாக இது மாறியிருந்தது.

"இப்பிடி வரும் எண்டு ஆர் நினைச்சது. நீங்கள் பயப்பிடாதையுங்கோ மாமி. ஆரோடையெண்டாலும் இடம்பெயர்ந்து போயிருப்பா. சண்டை என்ன இப்பிடியே போகப்போகுதே. எப்பிடியும் எங்கேயோ ஒரு பாதை திறப்பாங்கள்தானே?"

அவனுக்குச் சமாதானம் சொல்லிச் சொல்லியே சுரபியின் நாட்கள் நகர்ந்துகொண்டிருந்தன.

நாட்கள், வாரங்கள், மாதங்களாகி, இரண்டு வருடங்களாக அலைந்து திரிந்தும் ஒரு பயனும் இல்லை. இப்போதெல்லாம் அடிக்கடி அவன் கனவில் அம்மா வந்து போகிறாள்.

காயம் பட்ட காலை இழுத்தபடி, ஒரு வீதி ஓரமாக அவள் நடந்து கொண்டிருப்பதுபோல ஒரு கனவு அடிக்கடி வருகிறது.

"தம்பி செல்வா..!"

அமைதியான நேரங்களில் எல்லாம் திடீரென தாய் கூப்பிடுவதுபோல இருக்கும்.

"மகனே செல்வா, என்ர ராசா... நான் செத்தால் என்ர சாம்பலையெண்டாலும் காடகடம்பையில கொண்டுபோய் போட்டிடு."

தாய் கடைசியாகச் சொன்ன அந்த வாசகம்தான்... இன்றும் அவன் மனதை உறுத்திக்கொண்டிருக்கிறது.

* * *

வவுனியா எங்கும் தடுப்பு முகாங்கள் அமைக்கப் பட்டு வன்னியில் இருந்து வந்தவர்களை ஆமி அடைத்து

வைத்திருந்தான். அவர்கள் இருந்த குடியிருப்புப் பகுதியில் இருந்து கூப்பிடு தூரத்தில் இருந்தது காமினி மகாவித்தியாலய முகாம். பாதையால் போய் வரும்போதெல்லாம்,

"அம்மா இஞ்சை இருப்பாவோ... ஒருக்கால் போய்ப் பாத்தால் என்ன?" என்று மனம் உறுத்தியது. ஆனால் 'காமினி மகாவித்தியாலயத்துக்குள் யாரையும் அனுமதிப்பதில்லை!' என்று எழுதித் தொங்க விட்டிருந்த பலகையைத் தாண்டி அவனால் உள்ளே நுழைய முடியவில்லை.

மரணபலி எடுத்த கோர யுத்தம் முடிவடைந்த அந்த நாளில் இருந்து வவுனியாவில் உள்ள எல்லாத் தடுப்பு முகாம், புனர்வாழ்வு முகாமுக்கும் போய்ப் பார்த்து வரத் துடித்தான். ஆனால், முள் வேலிகளைத் தாண்டி அவனால் எதுவும் செய்ய முடியவில்லை.

அவனுக்குத் தெரிந்த பலர் வவுனியா கச்சேரியில் வேலை செய்தனர். நண்பன் சுதன் கூட்டுறவுச் சங்கங்களின் தலைவராக இருந்தான். அவர்களில் யாராவது ஒருவரின் உதவியுடனாவது உள்ளே போகலாம் என்றால் முடியவில்லை.

"மச்சான் நாங்களே சாமான் கொண்டு உள்ளை போகேக்கை ஜட்டியை மட்டும் உரியாத குறையாய் ஆமி எல்லாம் தடவிப் பாக்கிறான். இதில உன்னை உள்ள கூட்டிக் கொண்டு போறது சரிவராது மச்சான்"

தொடுகிலும் மறுத்து விட்டான் சுதன்.

தெரிந்த ஒருவர் கச்சேரியில் சிறுவர் முதியோர் நலப் பிரிவில் சமுர்த்தி உத்தயோகத்தராக வேலை செய்தார். அவருடைய பெயர், சோமசிங்கம், ஆமிக்கும், சோமசிங்க, சிங்களப் பெயர் போலவே உச்சரிக்க இலகுவாக இருந்தது. அவர் கிழமையில் செவ்வாய், வியாழன் நாட்களில் முகாம்களில் உள்ள சிறுவர் முதியோர்களைச் சந்தித்து அவர்களுக்குத் தேவையான ஆலோசனைகளை வழங்கி வருபவர்.

"தம்பி நீ உள்ள வாறது சரிப்பட்டு வராது. வேணுமெண்டால் ஒரு வேலை செய். உன்ர அம்மான்ர படம் இருந்தால் தா. நான் போற இடங்களில முடிஞ்சால் காட்டிக் கேட்டுப் பாக்கிறேன். சிலநேரம் ஆருக்காவது தெரிஞ்சிருக்கலாம்."

அவர் சொன்னது சரியாகப் படவே அடுத்த நிமிடமே தன்னிடம் பர்சில் இருந்த சிறிய படத்தை எடுத்து நீட்டினான்.

ஒரு வருடத்துக்கு மேலாக அலைந்து திரிந்தும் எந்தப் பலனும் இல்லை. ஒவ்வொரு முள்வேலி முகாம்களையும் சுற்றிச் சுற்றி வந்தான். ஒவ்வொரு நாளும் இடியப்பம் பிழிந்து சுரபியின் கைகள் மரத்துப்போய் இருந்தன.

“மாமிக்கு இடியப்பமும் தேங்காய்ப்பூச் சம்பலும் எண்டால் உயிர்.”

செல்வன் காலையில் முள்வேலி முகாம்களுக்கு வெளிக்கிட முன்னரே இரண்டு மூன்று இடியப்பப் பார்சலுடன் நிப்பாள் சுரபி.

எங்காவது ஒரு முள்வேலிக்குள்ளிருந்து தாயின் முகம் தெரிகிறதா என்று ஒவ்வொரு நாள்க் காலையிலும் ஒவ்வொரு முகாமாகச் சுற்றி வட்டமிடுவான். முள்வேலி முகாம்களுக்குள் இருந்து கையை நீட்டிப் பிச்சை எடுப்பவர்களைப் பார்க்க அவனுக்குப் பரிதாபமாக இருக்கும்

“எப்பிடியெல்லாம் வாழ்ந்தவர்களுக்கு இப்பிடி ஒரு நிலைமை!” என்று நினைத்தபடி கையில் வைத்திருந்த இடியப்பப் பார்சல்கள் கைமாறும்.

* * *

சட்டைப் பையில் இருந்த கைப்பேசி அலறியது. எடுத்துப் பொத்தானை அழுத்திக் காதில் வைத்தான்.

“ஹலோ..?”

“ஹலோ... சொல்லுங்கோ, நான் செல்வன் கதைக்கிறேன்!”

“தம்பி நான் சோமு கதைக்கிறேன்!”

“சொல்லுங்கோ அண்ணை. எப்பிடி இருக்கிறீங்கள்? அம்மாவைக் கண்டனீங்களே?”

“தம்பி நான் சொல்லுறத வடிவாய்க் கேள். போட்டோவைக் காட்டிக் கேக்கிறது சரியான கஸ்ரம் தம்பி. ஆமிக்குத் தெரிஞ்சி தெண்டால் என்ர வேலையும் போச்சு. பிறகு என்னையும் ஒரு தடுப்பு முகாமில அடைச்சாலும் அடைப்பாங்கள். நான் ரகசியமாய் விசாரிச்ச வரைக்கும் உங்கட அம்மாவை வன்னியில சந்திச்ச ஒருத்தர் இப்ப நெளுக்குளம் தடுப்புப்பில இருக்கிறார். ஒண்டு செய்யுங்கோ வாற செவ்வாய்க்கிழமை என்னோட வாங்கோ. உள்ள போறதுக்கு ஏதாவது வழியிருக்குதோ எண்டு பாப்போம்.”

"சரி அண்ணா. மிக்க நன்றி"

இரண்டு நாட்களைக் கடத்துவது அவனுக்கு இரண்டு வருடங்களைக் கடப்பது போலப் பெரும் நீளமாக இருந்தது. தாயைப் பற்றிய நல்ல தகவல் ஏதாவது கிடைக்காதா என்ற ஏக்கத்தில் தூக்கமின்றித் தவித்தான்.

* * *

நெளுக்குளம் இடைத்தங்கல் முகாம். உறவினர்களை பார்க்கவென, நீண்ட வரிசையில் மக்கள் திரண்டிருந்தனர். அன்று செவ்வாய்க் கிழமை. காலையில் இருந்து வரிசையில் நின்று மத்தியானம் அளவில் கிடைத்த ஒரு சொற்ப நிமிடங்களில் உள்ளே சென்றபோது, எதிரே வந்த மெலிந்த தோற்றம் கொண்ட ஒருவர் தன்னுடைய பெயரை 'சோதி' என்று அறிமுகப் படுத்திக் கொண்டார்.

"தம்பி, கடைசியாக உங்கட அம்மாவ நான் விசுவமடுவில கண்டனான். ஒரு காலில பழைய காயம் ஏதோ இருக்குதெண்டு பதுங்கு குழிக்குள்ள தன்னால ஏறி இறங்கேலாது எண்டிருந்தவா" என்று அவர் சொன்னதும், "ஓம்... அது என்ர அம்மாதான். கடவுளே என்ர அம்மா. இப்பவும் எங்கேயோ உயிரோட இருக்கிறா. கடவுளே முருகா!" மகிழ்ச்சியில் துள்ளிக் குதித்தான்.

"தம்பி பெரிசாய்ச் சத்தம் போடாதையுங்கோ. ஆமி வெளியில பிடிச்சுத் துரத்திப் போடுவான். நான் சொல்லுறத வடிவாய்க் கேளுங்கோ. நான் உங்கட அம்மாவைக் கண்ட போது அவா விசுவமடுவுக்கும் உடையார் கட்டுக்கும் இடையில இருந்த ஒரு பாதுகாப்பு வலயத்தில இருந்தவா. பாதுகாப்பு வலயத்துக்குள்ள கொத்துக் குண்டு விழுந்து கனக்கப்பேர் செத்தவை எண்டு செய்தியள்ள படிச்சிருப்பியள்தானே..?"

அவனுக்கு நெஞ்சு படபடக்கத் தொடங்கியது. அவர் தொடர்ந்தார்,

"....அதுக்குப் பிறகு நான் அந்தப் பக்கம் போகேல்லை. கொஞ்ச நாளுக்குப் பிறகுதான் தெரியும் உங்கட அம்மாவும் அதிலேதான் மோசம் போனவா எண்டு."

அவனுக்கு நெஞ்சே வெடித்துவிடும்போல இருந்தது.

"ஐயோ, இந்தச் செய்தியை நான் கேக்காமலே விட்டிருக்கலாம். அம்மா எங்கேயோ உயிரோட இருக்கிறா எண்ட நினைப்பிலையே வாழ்ந்திருப்பேனே!"

இடியப்பப் பை கையில் இருந்து நழுவிக் கீழே விழுந்தது. கண்களைக் கசக்கியபடி சத்தம் வராதவாறு விம்மினான்.

"மனசைத் தேற்றிக்கொள்ளுங்கோ தம்பி. இப்பிடித்தான் லட்சக்கணக்கான மக்களுக்கு நடந்திருக்குது. உங்க பாருங்கோ சில பேரை எதுவுமே நடக்காத மாதிரி ஆமிக்குப் பின்னால வால் பிடிக்கிறதை... இதுதான் உலகம் தம்பி! இத்தினை லச்சக் கணக்கான சனம் சாகக் காரணமானவங்களுக்குப் பின்னாலை வால் பிடிக்கவும் ஒரு கூட்டம் இருக்குது எண்டிறதை பாக்க கவலையாய் இருக்குது! இந்த முகாமிலையே பிள்ளையளைப் பறிகொடுத்த ஆயிரக் கணக்கான அம்மாக்கள் இருக்கினம். அவையளோட இடைக்கிடை வந்து கதையுங்கோ. உங்கட மனப்பாரம் கொஞ்சமெண்டாலும் குறையும்!"

"......................"

"தம்பி இதுக்கு மேலயும் நிக்கிறது நல்லாயில்லை. அங்கை நிக்கிற ஆமிக்காரன் எங்களையே பாத்துக்கொண்டு நிக்கிறான்."

"சரி அண்ணா. நன்றி!"

அவனுக்கு என்ன செய்வது என்று தெரியவில்லை. ஓவென்று பெருத்த குரலெடுத்துக் கத்தவேணும் போல இருந்தது. கவலை தோய்ந்த முகத்துடன் முள்வேலி முகாமை விட்டு வெளியேறப் போனான்.

"மகனே எங்கே போறாய். அங்காலை ஆமி நிக்கிறான் போகாதை!" என்று மறித்தபடி நின்றாள் அந்தத் தாய்.

'ஆர் இந்த அம்மா... பாக்கப் பாவமாய் இருக்கு...'

கண்கள் குளமாகின. மனதுக்குள் பெரிய சூறாவளி வீசிக் கொண்டிருந்தது.

"தம்பி, எங்கட மகன் முள்ளிவாய்க்காலிலை செத்ததுக்குப் பிறகு அவா இப்பிடித்தான் தம்பி. நீங்கள் போங்கோ" என்று சொல்லிவிட்டு அந்தப் பெரியவர், "நீ வா..." என்றபடி தன் மனைவியின் கையைப் பிடித்துக் கூட்டிப் போனார். அவர்கள் சென்று மறையும் வரை பார்த்துக் கொண்டிருந்த செல்வன்,

"நேரம் முடிந்தது வெளியே போ!" என்று கத்திக் கொண்டிருந்த அந்த ஆமிக்காரனின் குரல் கேட்டதும் சுய நினைவுக்கு வந்தவனாக முள்வேலி முகாமை விட்டு வெறுங்கையுடன் வெளியேறினான்.

33

வவுனியாவில் இருந்து சில மைல் தொலைவில் உள்ள ஒரு குக்கிராமம் நவ்வி. வவுனியாவில் இருந்து யாழ்ப்பாணம் போகும் வீதியில் ஓமந்தையைக் கடந்தவுடன் வரும் இறம்பைக்குளம் சந்தியில் இடது பக்கம் திரும்பி, முல்லைத் தீவு, மன்னார், வவுனியா ஆகிய மூன்று மாவட்டங்களையும் எல்லையாகக் கொண்ட மூண்டு முறிப்புக் கிராமம் வரை போகும் பாதையில் பதினோராவது மைல் கல்லில் அமைந்துள்ள சிறு கிராமமே நவ்வி.

முள்ளிவாய்க்காலுடன் எல்லாம் முடிந்துபோய் இரண்டு வருடங்கள் ஆகியும் நவ்விக்குப் போக அனுமதியில்லை. கடைசியாக மக்கள் எல்லாரும் வவுனியா மாவட்டத்தின் வடக்கே மீளக் குடியேறலாம் என்று அனுமதி கிடைத்தபோது முதலில் தானும் சுரபியும் போய்ப் பார்த்து வருவதெனப் போயிருந்தார்கள்.

பார்க்கும் இடமெங்கும் தலை இல்லாத தென்னைகள் முடியிழந்த மன்னர்களாக அணி வகுத்து நின்றன.

'பெரிசாய்ச் சண்டை நடக்காத இடமே இப்பிடியெண்டால் கடும் சண்டை நடந்த இடங்களின் நிலைமைகள் எப்பிடி இருக்கும்!?' செல்வனுக்கு நினைத்துப் பார்க்கவே பயமாக இருந்தது.

வீதியில் நின்ற புளிய மரத்துக்குக் கிட்ட வந்தபோது அவனையும் அறியாமல் கண்கள் குளமாகின. திரும்பித்

தோட்டத்தில் இருந்த அவர்களின் குடிசை வீட்டைப் பார்த்தான். உருக்குலைந்து சிதைந்துபோய் இருந்தது. மோட்டார்ச் சைக்கிளை ஸ்டாண்ட் போட்டு நிறுத்திவிட்டு, சுரபி பின் தொடர மெதுவாக வீடு நோக்கிச் சென்றான்.

கத்தரித் தோட்டம் இருந்த இடமெல்லாம் மந்துக் காடுகள் மூடி ஒரே பற்றையாக இருந்தன. கிணற்றைச் சுற்றிவர செடிகள் வளர்ந்து மூடியிருந்தன. பின்பக்கக் காணியின் எல்லையில் இருந்த கொப்புனேரி எரிந்து சாம்பலாகிய அடையாளம் தெரிந்தது.

வீட்டுக்குக் கிட்டவாகச் சென்று மாமரத்தில் சாய்ந்து கொண்டு நின்றான்.

"எப்பெல்லாம் அம்மா களைப்பாய் இருந்தாலும் இந்த மரத்திலதான் சாய்ந்து கொண்டிருப்பா..." என்று செல்வன் சொன்னதும் சுரபியின் கண்களில் இருந்தும் கண்ணீர் ஆறாகப் பெருகத் தொடங்கியது.

"உள்ளுக்கை போகாதையுங்கோ... சரிஞ்சு தலையில விழும் போல இருக்குது!" சுரபி சொன்னதும் நின்று மேலே பார்த்தான். முகட்டு வளை நூலிழையில் ஆடிக்கொண்டிருந்தது.

திரும்பி மோட்டார்ச் சைக்கிளை நோக்கி நடக்கச் சுரபியும் அவனைப் பின் தொடர்ந்தாள். ஒரு நிமிடத்தில் சுரபியின் வீட்டுக்கு முன்னால் மோட்டார்ச் சைக்கிளை நிப்பாட்டியபோது,

"கடைசியாக அம்மாவை விட்டுச் சென்ற வீடு. என்ர அம்மா வாழ்ந்த கோயில்..." என்று சொல்லிக் கொண்டே மோட்டார்ச் சைக்கிளை ஸ்டாண்ட் போட்டான்.

திறந்துகொண்டு போவதற்குப் படலை இருக்கவில்லை. இலவம் மரத்தடியில் இருந்த பட்டி மட்டும் இருந்தது மாடுகளைத் தவிர. வழமையாக தான் சைக்கிள் சாத்தும் கமுக மரத்தை நிமிர்ந்து பார்த்தான்... தாய்க்கு இறுதிச் சடங்கு செய்ய மகன் நிற்பது போல மொட்டையாக நின்றது. வாழைகள் செத்துக் கிடந்தன. வேலி இருந்ததற்கான சாட்சிகளாக அங்கொன்றும் இங்கொன்றுமாகச் சில கதிகால்கள் நின்றன. சுவர் தவிர வேறொன்றும் உருப்படியாக வீட்டில் இல்லை சில கதவுகள் யன்னல்கள் உடைத்து எடுக்கப்பட்டிருந்தன.

கூரையின் ஒரு பகுதி உடைந்திருந்தது. 'சண்டையில் உடைந்திருக்கலாம்...' என்று மனதில் நினைத்துக்கொண்டான்.

மெதுவாக வீட்டுக்குள் காலடி எடுத்து வைத்தார்கள். அடுப்படிக்குள் வெள்ளெருக்கு மரம் பூத்துக் குலுங்கியபடி நின்றது. சாமிப் படங்கள் விழுந்து நொருங்கிக் கிடந்தன. உடைந்த துண்டுகளை ஒவ்வொன்றாகக் கைளால் எடுத்துப் பைகளில் போட்டார்கள்.

உடைந்து நொறுங்கியிருந்த முருகன் படத்துக்கடியில் இருந்து எடுத்த சுரபி, "இது என்ன பாருங்கோ" ஒரு பொலித்தீன் பையை நீட்டினாள்.

"என்ன?" வாங்கிப் பிரித்துப் பார்த்தான் செல்வன். சில இடங்களில் ஈரம் பட்டு எழுத்துக்கள் அழிந்திருந்தாலும் படிக்கக் கூடிய நிலையில் இருந்தது அந்தக் கடிதம்.

"என்ன? மாமின்ர எழுத்துப் போல இருக்குது" பரபரப்புடன் கேட்டாள்.

* * *

"அன்புள்ள மகன் செல்வனுக்கு...

அம்மா எழுதுவது. நீங்கள் எல்லாரும் சுகமாக இருக்கக் கடவுளை வேண்டிக் கொண்டு இந்தக் கடிதத்தை எழுதுகிறேன். நீ இந்தக் கடிதத்தை வாசிக்கேக்கை நான் எங்கே இருப்பேனோ தெரியாது. நீயும் சுரபியும் போய் முடியக் கொஞ்சநாளிலையே இஞ்சாலை சண்டை தொடங்கீட்டுது. எல்லாரையும் எழும்பச் சொல்லி இயக்கம் சொல்லினதால இப்போதைக்கு நான் வவுனிக்குளத்துக்குப் போறதெண்டு இருக்கிறேன்.

எனக்குக் கனதூரம் நடக்க ஏலாது எண்டு உனக்குத் தெரியும்தானே. என்னாலை பங்கறுகளுக்கையும் இறங்கி ஏற ஏலாது. இந்தச் சண்டையைப் பாத்தால் பயமாய் இருக்குது. போற இடத்தில எனக்கு எதுவும் நடக்கலாம். அதை நினைச்சு நீ கவலைப்படக் கூடாது. அம்மா அப்பாட்டைப் போட்டா எண்டு சந்தோசமாய் இருக்க வேணும். ம்... காடாகடம்பைச் சுடலையிலதான் இந்தக் கட்டை வேகும் எண்டு நினைச்சனான். அதுதான் நடக்காது போல கிடக்குது.

சுரபியைக் கேட்டதாய்ச் சொல்லு. ஒருவேளை, நான் தப்பியொட்டி வந்தால் என்ரை பேரனோ பேத்தியோட நிறைய விளையாட வேணும். தங்கச்சிமாரோடையும் அடிக்கடி கதை. அதுகளும் பாவம் தகப்பன் இல்லாமல் வளந்த பிள்ளையள், நீதான் எல்லாமாய் இருக்க வேணும்.

சரியாய் வெடிச் சத்தம் கேக்குது. வெளிக்கிட வேணும். இத்தோட நிறைவு செய்கிறேன். மறந்துட்டேன், அண்ணாவையும் அண்ணியையும் கேட்டதாய்ச் சொல்லு.

அன்புடன்,

அம்மா."

நவ்விக் குளமே உடைப்பெடுத்து ஓடுவது போல கண்களில் இருந்து நீர் பெருகி வழிந்தது.

"அம்மா... ஆ...!"

"மாமீ..!"

கண்ணீர் வற்றும்வரை அழுது தீர்த்தார்கள். ஒருதுளி கண்ணீர் கடிதத்தில் விழுந்ததும், கடிதத்தை நான்காக மடித்துப் பையில் போட்டு காற்சட்டைப் பாக்கெட்டில் வைத்தான்.

* * *

காலையில் இருந்தே வீடு ஒரே ஆரவாரமாக இருந்தது. செல்வன் முழுகிவிட்டு வந்து படத்தட்டின் முன்னே இருந்தான். சுரபி பிரசாதங்களை எடுத்துக்கொண்டு வந்து சாமி படத்தட்டின் முன்னே வைத்தாள். மகன் சிபிக்கு நான்கு வயதுகள் நிரம்பியிருந்தன. மகள் புவி இப்போதுதான் ஒரு வயதை நிறைவு செய்திருந்தாள். சாமிப் படத்தட்டில் பிரேம் போட்டு வைத்திருந்த தந்தையின் படத்தை எடுத்து வெளியே வைத்த செல்வன், ஏற்கனவே பிரேம் போட்டு வைத்திருந்த தாயும் தந்தையும் சோடியாக இருக்கும் படத்தைத் தூக்கி, சாமிப் படத்தட்டில் வைத்துப் புதிய மாலையைப் போட்டான்.

தந்தையின் ஆண்டுத் திவசம் இன்று தாய்க்கும் உரியதாக மாறியிருந்தது. சுரபி பிரசாதங்களை எடுத்து தலைவாழை இலையில் பரவி வைத்தாள். சிபியும் புவியும் கை நிறைய அள்ளிய பூக்களைப் படத்தின் மேல் தூவி,

"தாத்தச் சாமியும், பாட்டிச் சாமியும் எங்களை எல்லாரையும் காப்பாற்ற வேணும்..."

வழிபட்ட பின் கதவருகே போய் ஓட்டிக்கொண்டிருந்தார்கள்.

"என்ரை அப்புவும் அம்முவும் இஞ்ச வாங்கோ..!" என்று சொல்லியபடி சிபியையும் புவியையும் தூக்கி மடியில் இருத்தினான் செல்வன்.

* * *